மேடைப் பேச்சும் ஒரு கலை

முனைவர் வ. ஹரிஹரன்

தமிழ்த்துறைப் பேராசிரியர்,
பசும்பொன் முத்துராமலிங்கத் தேவர் கல்லூரி,
மேலநீலிதநல்லூர் - 627953
தென்காசி மாவட்டம், தமிழ்நாடு.

சங்கர் பதிப்பகம்

15 / 21, டீச்சர்ஸ் கில்டு காலனி, 2-வது தெரு,
இராஜாஜி நகர் விரிவு,
வில்லிவாக்கம், சென்னை - 600 049.
தொலைபேசி: 044-26502086, 9444191256
email: shankar_pathippagam@yahoo.com
wef: www shankarpathippagam.in & www bookthagam.com

நூல் விவரப் பட்டியல்

நூலின் பெயர்
மேடைப் பேச்சும் ஒரு கலை

உரிமை
பதிப்பகத்தார்க்கு

நூலாசிரியர்
வ. ஹரிஹரன்

நூல் அளவு
டெம்மி

பதிப்பு ஆண்டு- 2021

பக்கங்கள்
136

விலை
ரூ135/-

வெளியீடு
சங்கர் பதிப்பகம்
15/21, டீச்சர்ஸ் கில்டு காலனி,
2-வது தெரு, இராஜாஜி நகர் விரிவு,
வில்லிவாக்கம், சென்னை - 600 049.
தொலைபேசி: 044 - 2650 2086

வடிவமைப்பு & மேலட்டை
பழனி, வில்லிவாக்கம்.
தொலைபேசி : 8667041889

அச்சிட்டோர்
எம்.கே.கிராபிக்ஸ், சென்னை - 600 021.
தொலைபேசி : 98408 28213

ISBN NO: 978-81-948620-0-0

என்னுரை

"மேடைப் பேச்சும் ஒரு கலை" என்னும் இந்நூல் சென்னை சங்கர் பதிப்பகம் கோமதி நாயகம் அவர்களால் வெளியிடப்படுகிறது. நம் நெல்லை மாவட்டம் களக்காடு என்ற ஊருக்குச் சொந்தக்காரர். எனக்கு மேலும் ஒரு தமிழ்ச் சொந்தம் ஆகிவிட்டார். நெல்லை மனோன்மணியம் சுந்தரனார் பல்கலைக்கழக நூலகர் இனிய சகோதரர் முனைவர் ப. பாலசுப்ரமணியன் அவர்கள் எங்களை ஒருவருக்கொருவர் அறிமுகம் செய்து வைத்தார்.

"பேச்சுக் கலை குறித்துக் காலம் காலமாகப் பல்வேறு அறிஞர்கள் நூல்கள் எழுதியுள்ளனர். எங்கள் பதிப்பகத்துக்கு மாறுபட்ட எளிமையான கோணத்தில் பேச்சுக்கலை குறித்து நூலொன்று எழுதித் தாருங்கள்" என்று கேட்டுக் கொண்டதன் பேரில் இந்நூலை எழுதினேன். அத்தகு நல்ல வாய்ப்பு தந்தமைக்கு, சங்கர் பதிப்பகத்தாருக்கு நன்றிக்கடன்பட்டுள்ளேன்.

கொரோனா தொற்றுக் காலத்தில் சோம்பேறித்தனமாக இருக்காமல் என் இருப்பைத் தமிழுலகத்துக்கு எடுத்துக்காட்ட வாய்ப்பு நல்கினார்கள் என்று சொல்வேன். நூலகங்கள் கூட மூடிக்கிடந்த சூழலில் திரு கோமதிநாயகம் அண்ணாச்சி சில பார்வை நூல்களை எனக்கு அனுப்பித் தந்து எழுத வைத்தார்கள். கொரோனாவைக் காரணம் சொல்லி வேலைகளைக் கிடப்பில் போடும் நிலையில் இவர்கள் எனக்கு மூன்று முறை மெய்ப்பு திருத்த வாய்ப்பு தந்து நூலாக்கத்திற்கு உதவினார்கள். என் மனைவி முனைவர் சே.உமையபார்வதி மெய்ப்பு திருத்திக் கொடுத்து உதவினார்கள்.

என் எழுத்துகளை அன்று முதல் இன்று வரை, ஊக்கம் அளித்துப் பாராட்டி வரும் உண்மையான நண்பர்கள், உறவினர்கள், முகநூல் அன்பர்கள் என் நன்றிக்குரியவர்கள்.

என்றும் அன்புடன்

வ.ஹரிஹரன்

இல்லம்:

348, ஐந்தாம் நடுத்தெரு, தியாகராஜ நகர்,
திருநெல்வேலி 627 011

வாழ்த்துரை

முனைவர்.திருமதி கே.ரெமாதேவி
செயலர்
பசும்பொன் முத்துராமலிங்கத் தேவர் கல்லூரி
மேலநீலிதநல்லூர்– 627 953
சங்கரன்கோவில்
தென்காசி மாவட்டம்

அன்புடையீர்! வணக்கம்!

எங்கள் கல்லூரியில் 1993 முதல் தமிழ்த்துறைப் பேராசிரியராகப் பணிபுரிந்து வரும் முனைவர் வ.ஹரிஹரன் இலக்கிய ஆர்வம் உடையவர்; கவிஞர்; சிறந்த படைப்பாளி; சிறந்த திறனாய்வாளர்.

இதுவரை நமது மனோன்மணியம் சுந்தரனார் பல்கலைக்கழகத்தில் 13 முனைவர்ப் பட்ட ஆய்வாளர்களை உருவாக்கியுள்ளார். மேலும், மதுரைக் காமராசர், பெரியார், அழகப்பா போன்ற பல்வேறு பல்கலைக்கழகங்களில் இளம் முனைவர் பட்ட ஆய்வாளர்களுக்கு நெறியாளராக இருந்துள்ளார்.

2015 இல் மலேசியாவில் நடைபெற்ற ஒன்பதாவது உலகத் தமிழ் மாநாட்டில் நேரில் கலந்துகொண்டு தேம்பாவணி, கல்லாடம் என்ற இரு நூல்களுக்கு உரை எழுதி வெளியிட்டுள்ளார். இந்தச் செயல் எங்கள் கல்லூரிக்குக் குறிப்பாகத் தமிழ்த்துறைக்குப் பெருமை சேர்ப்பதாக அமைந்துள்ளது.

இதுவரை பத்துக்கும் மேற்பட்ட நூல்கள் எழுதியுள்ளார். "மேடைப் பேச்சும் ஒரு கலை" என்ற பொருளில் இப்பொழுது கொரோனா காலத்தில் விடுமுறையை வீணாக்காமல் ஒரு நூல் எழுதியுள்ளார். அன்னாரை மனதாரப் பாராட்டுகிறோம். அவருடைய நூல்களை சென்னை காவ்யா பதிப்பகம், கலைஞன் பதிப்பகம், நியூ செஞ்சுரி புக் ஹவுஸ் போன்ற பல்வேறு பதிப்பகங்கள் வெளியிட்டுப் பெருமை சேர்த்துள்ளன.

அதுபோல இந்த நூலைச் சென்னையைச் சேர்ந்த சங்கர் பதிப்பகம் 2020 இல் வெளியிடுகிறது.

இந்நூல் முனைவர் ஹரிஹரனின் எழுத்துப் பணியில் மேலும் ஒரு மணிமகுடம் என்று சொல்லலாம். இன்னும் பல நூல்கள் எழுதி, எங்கள் கல்லூரிக்கும் தமிழ்த்துறைக்கும் பெருமை சேர்க்க அவரை எங்கள் கல்லூரி சார்பில் வாழ்த்துகிறோம்.

மேலநீலிதநல்லூர் — *இவண்*

03/11/2020 — **கே. ரெமாதேவி**

பொருளடக்கம்

மேடைப் பேச்சும் ஒரு கலை

1. பேச்சாளருக்கான தகுதிகள்

பேச்சை ஆளும் நபர்தான் பேச்சாளர் என்பது நமக்குத் தெரியும். எந்த ஒரு பணிக்கும் ஒரு தகுதி இருக்க வேண்டும். தகுதியோடு கூடிய திறமையை அந்தப் பணியில் இருப்பவர்கள் வளர்த்துக் கொள்ளவேண்டும்.

இன்று அடிப்படைத் தகுதியே இல்லாத நிறைய பேர் நிறைய பதவிகளில் இருப்பது கண்கூடு. இருந்தாலும் பேச்சாளருக்கு இருக்க வேண்டிய தகுதிகள் சிலவற்றை இங்கே சுருக்கமாகக் காணலாம். முதலில் அடிப்படையாகத் தேவைப்படுவது 'முயற்சியும் பயிற்சியும்' தான்.

முயற்சியும் பயிற்சியும்

எந்த ஒரு செயலுக்கும் முயற்சி என்பது அடிப்படை. அதற்கு அடிப்படை 'தன்முனைப்பு' (Self interest). தன் முனைப்புடன் கூடிய முயற்சி அவன் வாழ்வில் வெற்றியைத் தரும்.

"நீ என்னவாகப் போகிறாய்?" என்று சிறு வயதில் கேட்கும்போதே "நான் வருங்காலத்தில் பேச்சாளராகப் போகிறேன்.." என்று பதில் வரும்.

+2 மாணவர்களிடம்

"நீங்கள் என்னவாகப் போகிறீர்கள்?"

''டாக்டர் ஆகப் போகிறேன்'' என்று கூறக் கேட்டிருப்பீர்கள்.

சொன்னால் மட்டும் போதாது. சிறந்த பேச்சாளர் ஆக வேண்டுமென்றால் அவர் பல பேச்சாளர்களின் பேச்சுகளைக் கேட்க வேண்டும்.

ஒரு தொலைக்காட்சி நிகழ்ச்சியில் 'பேசும் பேச்சாளர்' நிகழ்ச்சியில் ஒரு இளைஞனைப் பாராட்டிப் பேசிய நெல்லைக் கண்ணன், ''நீங்கள் தமிழார்வத்துடனும் நினைவாற்றலுடனும் ஏற்ற இறக்கத்துடனும் பேசுகிறீர்கள்; அருமையாக உள்ளது... ஆனால், உங்கள் செய்கைகள் ஒரு அரசியல்வாதியின் சாயலைக் கொண்டு உள்ளது. அதை மாற்றிக் கொள்ளுங்கள். உங்களுக்கென்று ஒரு தனிப் பாணியை ஏற்படுத்திக் கொண்டு பேசுங்கள். பிரகாசமான எதிர்காலம் உள்ளது'' என்று அறிவுரை கூறினார். அவர் கூறியபடியே அந்த இளைஞர் இன்று ஒரு பிரபலமான தொலைக்காட்சியில் 'விவாத மேடை நிகழ்ச்சி'யைத் திறம்பட நடத்தி வருகிறார்.

எண்ண ஓட்டம்

ஒவ்வொரு மனிதனுக்குமே 'எண்ண ஓட்டம்' என்பது முக்கியம். குறிப்பாகப் பேச்சாளனுக்குத் தன் சொற் பொழிவின்போதும், அதற்குத் தயார் செய்யும்போதும் சீரான எண்ண ஓட்டம் இருப்பது அவசியம்.

எண்ணங்கள் மனிதனின் செயல் வடிவங்களாக மாற்றம் பெறுகின்றன. 'மனம் போல் வாழ்வு' என்பார்களே அது போலத்தான். எண்ண ஓட்டங்களை ஒவ்வொரு பேச்சாளரும் தன்பேச்சின் கருத்தை ஒட்டி ஒருங்கமைவு செய்ய வேண்டும். மனதில் குடும்பப் பிரச்சனை காரணமாகவோ அன்றைய பகல் நேரம் நடந்த சில சம்பவங்கள் காரணமாகவோ சஞ் சலங்கள் தோன்றலாம். அவற்றையெல்லாம் ஓரங்கட்டி விட்டு மனதை ஒருமுகப்படுத்தி பேச்சை நோக்கித் தன் முழுக்கவனத்தையும் செலுத்தினால் சிறப்பு.

நினைவாற்றல் (Memory Power)

பேச்சாளருக்குரிய தலையாய தகுதிகளில் ஒன்று 'நினைவாற்றல்'. சிலர் குறிப்புத் தாள்களைக் கையில் வைத்துக் கொண்டு பேசுவார்கள்.

சிலர் வருடங்கள், நபர்கள், இடங்கள் என்று மிகத் துல்லியமான புள்ளிவிபரங்களைத் தம் விரல் நுனியில் வைத்திருப்பார்கள். நேரம் பொழுது பார்த்து எடுத்து விடுவார்கள். கேட்பவர்களுக்கு ஆச்சரியத்தையும் உற்சாகத்தையும் ஊட்டுவதாக அமையும்.

சிறுவயது முதலே பேச்சாளர்க்குரிய நினைவாற்றலை வளர்த்துக் கொள்ள வேண்டும். இலக்கியங்களில் உள்ள மேற்கோள்கள், உலகப் புகழ்பெற்ற சம்பவங்கள், நினைவிடங்கள், குறிப்புகள் பேச்சாளருடைய மூளையில் ஆழப் பதிந்து இருக்க வேண்டும்.

பல்வேறு நூல்களில் உள்ள செய்திகளை உரிய தக்க சான்றுகளுடன் தேவைப்படும்போது எடுத்துக் கூறவேண்டும். அப்போதுதான் மக்கள் மனதில் இடம்பெறும்.

பேச்சு வழக்கு

பொதுவாக பேச்சு வழக்கை இரண்டு பெரும் பிரிவுகளில் அடக்குவார்கள்

1. இலக்கியப் பேச்சு வழக்கு
2. நாட்டார் பேச்சு வழக்கு

இடம், பொருள், ஏவலைப் பொறுத்துப் பேச்சாளர் தம் பேச்சை அமைத்துக் கொள்ளலாம். ஒரு நிகழ்ச்சிக்குப் பேச்சாளரை நிர்ணயிப்பவர்கள் பேசும் இடத்திற்கும் கேட்பவர்கள் சூழலுக்கும் தகுந்தவாறு பேசக்கூடியவரை நிர்ணயிக்க வேண்டும்.

இலக்கிய மேடைகளில் பாண்டித்திய நடையில் பேச வேண்டும் என்ற எதிர்பார்ப்பு இருக்கும். கம்பன் கழகம், கோவில் பெருவிழாக்கள், பக்திச் சொற்பொழிவு ஆகியவற்றில் நடை மிகவும் தரமுடையதாக இருக்க வேண்டும்.

முற்காலங்களில் பட்டிமன்றங்களில் பேச்சாளர்கள் செம்மாந்த மொழி நடையில்தான் பேசினார்கள். ஆனால், காலம் செல்லச் செல்ல அவையோர் ரசனை மாறத் தொடங்கியது. எளிமையை நோக்கிச் செல்லும் தற்காலத்தில் பெரும்பான்மையான பேச்சாளர்கள் பேச்சுவழக்கிலேயே பேசத் தொடங்கி விட்டனர்.

எந்த நடையில் பேச்சாளர் தம் தொடக்கக் காலத்தில் பேசிப் பழகுகிறாரோ அந்த நடைதான் அவருக்குக் கைவரப் பெறும். இடத்திற்கேற்ப பேச்சாளர்கள் தம்பேச்சு நடையை அல்லது பேச்சுமொழியைத் தகவமைத்துக் கொள்வது முக்கியம்.

மேற்கோள் ஆளும் தன்மை

மேடைப் பேச்சு சிறப்பதற்கு முழுக் காரணமாகப் பல இருந்தாலும் பல்வேறு அறிஞர்களின் மேற்கோள்களை எடுத்துச் சொல்வதும் ஒன்றாகும். எங்கு? எப்படி? யாருடைய? எந்த மேற்கோளை எங்கே? எப்போது? பயன்படுத்த வேண்டுமோ அந்த இடத்தில் அந்தக் குறிப்பிட்ட மேற்கோளை எடுத்தாளும் திறமை ஒவ்வொரு பேச்சாளனுக்கும் இருக்க வேண்டும்.

வார்த்தைச் சித்தர் என்று போற்றப்பட்ட வலம்புரிஜான் தான் பேசும்போது “நெஞ்சில் உறைந்த எண்ண நெய்யைப் பேச்சால் இப்போது உருக்குகிறேன்” என்று பேச வந்த சூழல் பற்றிப் பேசுவார்.

சிறுவர்கள் பேச்சுப் போட்டிக்குத் தயார் செய்யும்போது, பயிற்றுநர்கள், ஆசிரியர்கள் அறிஞர் அண்ணாவின் பேச்சை மேற்கோள் காட்டாமல் இருக்க முடியாது.

‘‘தம்பியுடையான் படைக்கு அஞ்சான்’’, ‘‘எதையும் தாங்கும் இதயம் வேண்டும்’’, ‘‘மாற்றான் தோட்டத்து மல்லிகைக்கும் மணம் உண்டு” என்பன போன்ற வாசகங்கள் அறிஞர் அண்ணாவுக்கே உரித்தான சொற்றொடர்கள். இவற்றையெல்லாம் மேற்கோள் காட்டுவது சபையோரைக் கவர்வதாக அமையும்.

பன்னூலறிவு

பேச்சாளர் என்பவன் மேடைக்கு மேடை தன் திறமையைப் பிரகாசிக்கச் செய்யத் தொடர்ந்து முயற்சி செய்வான். காலம் செல்லச் செல்ல மேடைப்பேச்சு அனுபவம் மெருகேறத் தொடங்கும். இரண்டு வகையில் தன் திறமையைப் பேச்சாளர் வளர்த்துக் கொள்ளலாம்.

1. கற்றல் அறிவு
2. கேட்டல் அறிவு

இதனைக் கல்வியறிவு, கேள்வியறிவு என்றும் சொல்லலாம். 'கற்றலின் கேட்டல் நன்று' என்று சொல்வார்கள்.

பல நூல்களைப் படித்து, தகவல்கள் தெரிந்து கொள்ள வேண்டும். ஒவ்வொரு பேச்சாளனுக்கும் பன்னூலறிவு தேவை.

> "முற்றப் பகலும் முனியாது இனிது ஓதிக்
> கற்றலின் கேட்டலே நன்று."

என்று பழமொழி நானூறு கூறுகிறது.

> 'செல்வத்துள் செல்வம் செவிச்செல்வம்"

என்று வள்ளுவர் கூறினாலும், அதே குறட்பாக்களில் 'முட்டாள் கூற்று பயனில்லை' என்றும் கூறியுள்ளார்.

பல நூல்களைக் கற்றுணர்ந்து மூளையில் ஏற்றி வைத்துக் கொள்ள வேண்டும்.

1. வரலாற்று நூல்கள்
2. பயண நூல்கள்
3. நகைச்சுவைத் துணுக்குகள்
4. அறிவியல் அறிஞர்களின் நூல்கள்
5. ஆன்மீகம்
6. புதுக்கவிதைகள்
7. ஆய்வு நூல்கள்

இன்ன பிறவகை நூல்களைக் கற்றுக் கொள்ள வேண்டும். சொந்தமாகப் பல நூல்களைச் சேகரித்து வைத்துக் கொண்டு தேவைக்கேற்பப் படித்துப் பயன் பெறலாம்.

பல நூலறிஞர் கருத்துகளைக் கோர்வையாக ஒரு பேச்சாளர் தொடர்ந்து எடுத்து வைக்கும் போது மேடை முன் இருக்கும் அவையோர் ஆச்சரியப்படுவார்கள். வரவேற்பார்கள் என்பது திண்ணம்.

மதிநுட்பம்

மேற்கூறப்பட்ட தகுதிகளை வளர்த்துக் கொள்ள வேண்டும் என்றால் பேச்சாளர் மதிநுட்பம் வாய்ந்தவராக இருக்க வேண்டும்.

கூர்மையான நுண்ணறிவுதான் மதிநுட்பம் என்பது.

"மதிநுட்பம் நூலோடு உடையார்க்கு அதிநுட்பம்
யாவுள முன்நிற் பவை"

(அமைச்சு - குறள் 636)

இயற்கையாக உள்ள மதிநுட்பத்தை நூலறிவோடு கொண்டவர் முன் நிற்பவை எதுவுமில்லை என்று வள்ளுவப் பெருந்தகை கூறுகிறார். அறிஞர் தர்ஸ்டன் ஏழு வகையான நுண்ணறிவுத் திறன் குறித்து எழுதியுள்ளார்.

1. சொல்லாற்றல், 2. சொல் வேகம்,
3. எண்ணாற்றல், 4. இட ஆற்றல்,
5. நினைவாற்றல், 6. புலன்காட்சி வேகம்,
7. காரண காரியத் தொடர்பு.

சொல்லாற்றல் என்பது சொற்களால் குறிக்கப்படும் பொதுக் கருத்துகளின் பொருள்களை உணர்ந்து அவற்றைச் சிந்தனையில் பயன்படுத்தும் திறன். பேச்சாளர் மதிநுட்பம் வாய்ந்தவராகத் திகழ வேண்டும்.

ஒருவனுக்கு இன்றியமையாத குணங்களுள் சிறந்தது நாவன்மையாகும். அந்த நலம் ஏனைய நலன்களையும் விட சிறப்புடையது.

– திருவள்ளுவர்.

●●●

2. நூலறிவு

பழங்காலத்தில் நூல்களை விலை கொடுத்து வாங்கிப் படிக்கும் வசதியில்லாத பேச்சாளர்கள் அதிகம்.

"கற்கை நன்றே; கற்கை நன்றே;
பிச்சை புகினும் கற்கை நன்றே."

(வெற்றிவேற்கை)

என்ற கொள்கையில் பேச்சாளர்களும் உறுதியாக இருந்தனர். அறிவிற் சிறந்த அறிஞர்கள் எழுதிய நூல்களைப் படித்து அதன் கருத்துகளை உள்வாங்க வேண்டும்.

இலக்கியங்கள், வாழ்வியல், சுயமுன்னேற்ற நூல்களைத் தேடி வாங்கிப் படித்தல் பேசுவதற்கு உறுதுணையாக இருக்கும். நூலறிஞர் கருத்துகளைக் குறிப்பெடுத்து வைத்துக் கொள்ள வேண்டும். நேரம் கிடைக்கும்போது அந்தந்தக் கருத்துகளை உரிய மேடையில் உரிய நேரத்தில் எடுத்துக்காட்டிப் பேசலாம். அப்படி புதிய புதிய மேற்கோள்களைப் பேசும் மேடைப் பேச்சாளர்களுக்கு வரவேற்பு அதிகம் கிடைக்கும். வாய்ப்புகளும் தானே கிடைக்கும்.

இந்தக் காலத்தில் படிக்கும் ஆர்வம் உடையவர்கள் பெருகி வருகின்றனர். மாநிலம் முழுவதும் மாவட்டத் தலைநகரங்களில் வருடந்தோறும் புத்தகத் திருவிழா நடக்கின்றது. புத்தகங்கள் படிக்கும் ஆர்வலர்கள் வயது, சாதி, மத, பேதமின்றி ஆயிரக்கணக்கான நூல்களை வாங்கிச் செல்கின்றனர். பிறந்த நாள், பள்ளி கல்லூரி விழாக்களில் நூல்களைப் பரிசாகக் கொடுக்கும் வழக்கம் இன்றும் தொடர்கிறது. அந்தப் பரிசு நூல்கள் பெறுபவர்களுக்கும் பயனுடையதாக இருக்கலாம். சில நூல்கள் இல்லாமலும் போகலாம். ஒரு நூல் இவருக்குப் பயன்படாவிட்டாலும் இவர் வீட்டில் உள்ள யாராவது ஒருவருக்குப் பயன்படலாம்.

"தொட்டனைத் தூறும் மணற்கேணி மாந்தர்க்குக்
கற்றனைத் தூறும் அறிவு."

(கல்வி - குறள் 396)

என்ற திருக்குறள் கருத்துக்கேற்ப தோண்டத் தோண்டக் கிணற்றில் ஊற்றுநீர் பெருகுவதுபோல நூல்களைப் படிக்கப் படிக்க மாந்தர்க்கு அறிவு பெருகவே செய்யும்.

நல்ல பேச்சின் இலக்கணம்

ஒரு பேச்சாளர் பேசும்போது அந்தச் சபையில் இருப்பவர்கள் தம்மை மறந்து நிற்க வேண்டும். ஒவ்வொரு சபையோரும் தம்மையும் அந்தப் பேச்சாளராகவே கருதி மெய்மறந்து விடவேண்டும்.

காற்று எந்த வகை மணத்தையும் எளிதில் எடுத்துச் சென்று பரப்பும் இயல்புடையது. அதுபோல ஒரு நல்ல பேச்சாளரின் பேச்சு நன்றாக இருந்தால் சபையில் நறுமணத்தைத் தரும். மாறாக இருந்தால் வேறு மணத்தையும் சபையோருக்குத் தரும் என்பதில் ஐயமில்லை. ஒரு நல்ல பேச்சாளர் அள்ள அள்ளக் குறையாத கல்வியும் அறிவு திரண்ட அனுபவசாலியாகவும் திகழ வேண்டும். நல்ல பேச்சாளர் பேசிடும் போதினிலே இன்பத் தேன்வந்து பாயும் காதினிலே என்பது திண்ணம். அப்படிப்பட்ட நல்ல பேச்சாளர்களால் மட்டுமே நாட்டில் பல நலங்களும் வளங்களும் முகிழ்த்து நன்மைகள் பெருக வாய்ப்பு உண்டு. கல்விச் செல்வம், கேள்விச் செல்வம்

போலப் பேச்சாளரின் பேச்சும் கேட்போர்க்குப் பெருஞ் செல்வமாகும். கேட்போர் பிணிக்கும் தகையவாய் நல்ல பேச்சாளரின் பேச்சு திகழும்.

பேச்சாளரின் அடிப்படைத் தத்துவம்

நல்லதொரு பேச்சாளருக்குப் பல்வேறு அடிப்படை இயல்புகள் உண்டு. ஆனால் ஒரேயொரு அடிப்படைத் தத்துவம் கவனிக்கப்பட வேண்டியது.

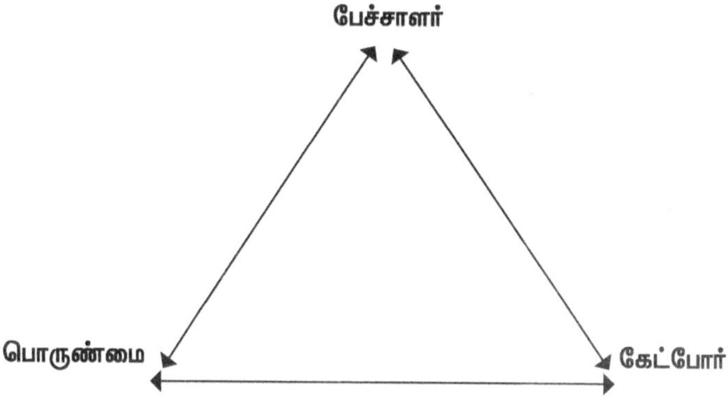

பொதுவாக மேடைப்பேச்சு மூன்று அடிப்படைப் பொருண்மைகளைக் கொண்டதாக அமைய வேண்டும்.

1. ஏதேனுமொரு பொருள் பற்றிப் பேசவரும் பேச்சாளர்கள்.
2. பேசுவதைக் கேட்கப் போகும் தனிப்பட்ட மக்கள்.
3. பொருண்மை பற்றிக் கேட்க எண்ணிக் கூடும் பல மக்களின் கூட்டுறவு.

இவை மூன்றும் இன்றியமையாத தத்துவங்களாகும்.

பேச வேண்டிய ஒரு பொருளை எடுத்துக் கொள்ளாமல் பேச்சாளர் பேச முன் வரமாட்டார். பேசுவதைக் கேட்க விரும்பாதவர்கள் அக்கூட்டத்திற்கு வரமாட்டார்கள். தூண்டப்பட்ட சூழலில் பேச்சைக் கேட்க வந்த மக்கள் பேச்சாளரின் கருத்துக்கு இணங்கியும் அல்லது இணங்காமலும் போகலாம்.

பேச்சின் குறிக்கோள்

பேச்சாளர், தாம் பேசுகின்ற சபையோர் அனைவரையும் தம் கருத்துடன் இணங்கச் செய்ய முயல்வார். வானவில் போன்ற வர்ணஜாலம் செய்யும் வார்த்தைச் சித்திரங்களாக மட்டும் அல்லாது ஆழமான கருத்துகளைத் தம் பேச்சில் கொண்டு தந்து சபையோரைத் திருப்தி செய்ய வேண்டும். தம் சொந்தப் பணிகளை ஒதுக்கி வைத்துவிட்டு ஒரு கூட்ட அரங்கில் சில பேச்சாளர்களின் பேச்சைக் கேட்பதற்குக் கூடி விடுவார்கள். உட்கார்ந்து பேச்சைக் கேட்க முடியாவிட்டாலும் ஆங்காங்கே நின்றுகொண்டு கேட்டு இன்புறுவார்கள். இத்தகைய சபையோரின் எதிர்பார்ப்பைப் பேச்சாளர் தன் பேச்சு வன்மையால் திருப்திப்படுத்த வேண்டும். இதுபோன்ற பேச்சாளர்கள்தான் பேச்சுவன்மை கொண்டவர்களாக இருக்க முடியும்.

'தமிழ்த்தென்றல்' திரு.வி.க. மற்றும் ஈரோட்டுப் பெரியார் ஈ.வெ.ரா ஆகியோரை உதாரணம் கூறலாம். இவர்களுடைய பேச்சைக் கேட்கப் பெருங்கூட்டம் கூடும். இதிலிருந்து என்ன தெரிந்து கொள்ளலாமென்றால் பேசுவோர் கேட்போர் இருவரின் மனங்களும் ஒன்றுபட்டு இழைவதே ஆகும். கேட்போர் மனங்களைப் பேச்சாளர் தம் பேச்சுக்கு இணங்கச் செய்ய வேண்டுமென்பதும் பேச்சின் குறிக்கோள் ஆகும்.

கலைஞர் கருணாநிதி அறிஞர் அண்ணாவின் வழியில் அடுக்கு மொழிகளில் பேசி மக்களைக் கவர்வார். சாலமன் பாப்பையா பட்டிமன்றங்களில் தரமான நாகரீகமான நகைச்சுவை கலந்த நிகழ்ச்சிகளை எடுத்துரைப்பது வழக்கம். லியோனி தன்னுடைய குரல் வளத்தால் பழைய பாடல்களைப் பாடி மக்களைக் கவர்வதில் வல்லவர்.

பேச வருவதாக இருந்த பேச்சாளர் வரவில்லை யென்றால் அவருக்குப் பதில் வேறொரு பேச்சாளர் அன்று அழைக்கப்படலாம். தான் எதிர்பார்த்த பேச்சாளர் வராததால் சபையோரில் சிலர் கூட்டத்திலிருந்து வெளியேறுவார்கள். இதுகண்டு இந்தப் பேச்சாளர் அவர்களைக் கடிந்து கொள்ளக்கூடாது. அவ்வாறு செய்தால் அவர் மீது அது வெறுப்பையே தோற்றுவிக்கும்.

"வான்கோழி தன் பொல்லாச் சிறகை விரித்து ஆடியது" போன்ற செய்கைக்கு ஒப்பதாகும்.

குரல் பேதம்

பேச்சாளருக்குக் குரல் வளம் மிக முக்கியம். தான் உண்பது, அருந்துவது போன்றவற்றில் பேச்சாளர் எப்போதும் கவனம் செலுத்த வேண்டும். பேசுவதில் மட்டுமல்ல உண்பதிலும் குடிப்பதிலும் பேச்சாளனுக்கு நாவடக்கம் தேவை.

சில பெரிய பேச்சாளருக்குக் கூட மேடையில் பேசும்போதும் வாய்க் குழறலும், திக்குதலும், நா இடர்ப்படுதலும் ஏற்பட வாய்ப்புண்டு. சில பேச்சாளருக்குக் கீச்சுக்குரல் அமைந்திருக்கும். பெண் போன்ற குரல் கூட சில ஆண்களுக்கும் அமையப் பெறலாம். இத்தகைய குறைபாடு உடையவர்கள் தம் பேச்சு சாதுர்யத்தால் சபையோரைக் கவர்ந்து விடலாம். இவர்களுடைய பேச்சு அவர்களிடம் உள்ள குறைகளைப் பெரிதாக எடுத்துக் கொள்ளாமற் செய்துவிடும்.

'நாவலர்' எனப் போற்றப்பெறும் நெடுஞ்செழியனுக்கு சிறுவயதில் பேச்சுக்கோளாறு, உச்சரிப்பு சரியாக வராது. அதிலும் குறிப்பாக 'ங' என்ற உச்சரிப்பு வரவே வராது. அந்தப் பலவீனத்தையே தன் பலமாக, பேச்சின் அடையாளமாக மாற்றி வெற்றி கண்டவர் நாவலர்.

திரைப்படத்தில் பாதி வசனத்தைப் பேசிவிட்டு மீதியை ரசிகர்களே புரிந்து கொண்டு சிரிக்கட்டும் என பேச்சின் நடுவே இடைவெளி விடுவதைப் போல, முதன்முதலில் மேடையில் கொண்டு வந்தவர் நாவலர்.

மேடையில் விறுவிறுப்பாகப் பேசிக் கொண்டே செல்பவர் பட்டென பேச்சை நிறுத்தி அமைதியாகி அவருக்கு உச்சரிப்பில் ஒத்துழைப்பு தராத 'ங' மேல் புள்ளி வைத்து 'ங்'... என ஸ்டைலாக இழுப்பார். அதிலேயே அவர் யாரைச் சொல்ல வருகிறார்... எதைச் சொல்ல வருகிறார் என்பது எதிரில் அமர்ந்திருப்பவர்களுக்குப் புரிந்து கரவொலி விண்ணைத் தொடும்.

●●●

3. ஒன்பது நன்மணிகளும் பதினெட்டு நயமொழிகளும்

நன்மணிகள்

1. ஐயந்திரிபற யோசித்துப் பேசக்கூடிய செய்திகளை முன்கூட்டியே தீர்மானிப்பதும் பேசிப் பழகிப் பார்ப்பதும் முறை.

2. பேச வேண்டியவற்றைக் குறிப்பு எழுதிப் பார்த்து, தேவைக்கேற்ப கால அளவிற்கேற்ப நீட்டவோ சுருக்கவோ செய்யலாம். குறிக்கோளைக் குறித்துத் தெளிவாகவும் விரிவாகவும் பேசுதல்.

3. சபையோரின் கவனத்தைக் கவரும் வண்ணம் பேச்சை எடுக்கவும் தொடுக்கவும் மனதில் பதிக்கவும் வேண்டும். பேச்சை முடிப்பது சபையின் நோக்கமறிந்து முடிக்க வேண்டும்.

4. மேடையில் பேச்சாளர் முழு உருவம் தெளிவாகத் தோன்றும்படி அவைத்தலைவர் அருகே நின்று சபையோரை விளித்துப் பேசுதல்.

5. மாறுபட்ட கருத்துடையோரையும் நோக்கி அவர்களும்

இணங்கும் வகையில் பேசிவிட்டால் சபையில் ஏனையோரை ஈர்ப்பது எளிது.

6. விரைந்தும் இரைந்தும் பேசலாகாது. மிகச் சாதாரணமாக, வார்த்தைகளில் அழுத்தம் கொடுத்து உச்சரித்துப் பேசுவதே நல்ல பேச்சின் இலக்கணமாம்.

7. தன் குரலை உயர்த்தியும் தாழ்த்தியும் ஏற்ற இறக்கத்தோடு பேசுதல்.

8. குறிப்புகளைக் கையில் வைத்துக் கொண்டு அதைப் பார்த்துப் பார்த்துப் பேசுவது சரியல்ல. தேவை ஏற்படும்போது அவ்வப்போது பார்த்துவிட்டு, சபையை நோக்கிப் பேசுதல் நலம்.

9. மேடைமீது உலவுதலும் முதுகைச் சபைக்குக் காட்டுதலும் அளவுக்கதிகமாகச் சிரித்தலும் சபைக்கு உகந்ததல்ல. எதுவும் அளவோடு இருப்பது சிறப்பு.

நயமொழிகள்

1. தேவையான இடங்கள் தவிர இதர எல்லா நேரங்களிலும் ஆற்றோட்டமான, நீர்வீழ்ச்சி போல் பேச்சு பொங்கிப் பிரவாகித்து வெளிவரட்டும்.

2. பொருத்தமான உதாரணங்களே பேச்சிற்கு வெளிச்சம் தரும் சாளரங்கள்.

3. சுருங்கச் சொல், விளங்க வை; ஆய்ந்து பேசு; நயம்பட முடி.

4. ஊக்குவி; ஊட்டுவி; உணர்வி; விவரி.

5. நின்று பேசு; நிமிர்ந்து பேசு; உரக்கப் பேசு; ஊன்றிப் பேசு.

6. பேசும்போது யாராவது கேள்வி கேட்டால் தவறாகவேனும் பேசு; தயங்காதே; தளராதே; தலை கவிழாதே; தலை மறையாதே.

7. "இருபது நிமிடமே சபையோர் பொறுமைக்கு அளவுகோலாம்" (1949-இல் சொல்லப்பட்டது)

8. மூன்று நிமிடங்களில் தண்ணீர் காணாவிட்டால் பேச்சுக்கிணறு தோண்டுவதைக் கைவிடு.

9. மெல்லிய குரலில் பேசத் துவங்கு; படிப்படியாக உயர்த்து; உணர்ச்சி வேகம் காட்டு; கரவொலியால் நீ கவரப்படுவாய்.

10. பேசும்போது அமைதியாகவும் அவசரப்படாமலும் பேசு.

11. களைப்புடன் இருக்கும்போது பேசக்கூடாது. மேடைக்குச் செல்லும் முன்பு போதிய அளவு ஓய்வு எடு.

12. அதிகப் பசி, அதிக உணவு உண்டு பேசாதே.

13. பேசும் போது தேவையற்ற உடல் மொழி கூடாது.

14. சொல் நயம் மிக்கதாகவும், தெளிவாகவும் பேசு.

15. தேவைப்பட்டால் மட்டுமே கையில் குறிப்பு வைத்துக் கொண்டு பேசு.

16. ஒரே விஷயத்தைத் தேவையின்றி திரும்பத் திரும்பச் சொல்லாதே.

17. பேசும் போது உன் பார்வையை எதிரில் உள்ளோர் அனைவர் பக்கமும் செலுத்து.

18. குறித்த நேரத்தில் பேச ஆரம்பிக்கவும், குறித்த நேரத்தில் பேச்சை முடிக்கவும் பழகிக் கொள்.

●●●

4. பேச்சுச்சுவை

பேச்சு சுவைபட அமைய வேண்டும் என்பது அனைவரின் எதிர்பார்ப்பாகவே இருக்கும். ஏழு வகை சுவரங்கள் இசைக்கு உண்டு. ஒன்பாண் சுவைகள் உண்டு. ஒன்பது வகையான சுவைகள் பேச்சுக்கு இருப்பதாகப் பின்வருமாறு டி.எம். தெய்வசிகாமணி கூறுவார்.

“சங்கீதக் கலையை ஒத்து மேடைப் பேச்சுக்கும் ஒன்பது சுவைகள் உள்ளன. அவை அதிசயம், கோபம், கருணை, இகழ்ச்சி, சாந்தம், சிருங்காரம், பயம், பெருநகை, வீரியம் என்பதாகும்.

புகழ்ச்சியான பேச்சு வரவேற்புக்குரியது. இகழ்ச்சியான பேச்சுக்கோ எங்கும் இடமில்லை. கோபமான பேச்சு விபரீத விளைவையே தரும். வாய்ச்சண்டை கைகலப்பில் போய் முடியும். வீராவேசமான பேச்சு வீரியத்தைச் சுமந்து வரும். உதாரணமாக தொழிலாளிகள் முதலாளி மீது வீராவேசமாகக் குற்றஞ்சாட்டிப் பேசுவதைக் கூறலாம். தொழிற்சங்கத் தலைவர்கள் தொழிலாளிகள் முன் வீராவேசமாகப் பேசி ஆலைகள் கதவடைப்பு, பசி, துக்கம் இவற்றுக்கு இட்டுச் செல்வது எளிதாக அரங்கேறக் காணலாம்.

அவலச்சுவை

ஒரு இறந்த மனிதரைப் பற்றிப் பேசப் போகும் பேச்சாளர் எந்தச் சூழ்நிலையிலும் அவரை இகழ்ந்து பேசக் கூடாது.

துக்க வீட்டில் இடிந்து போனவர் பற்றி அவருடைய பெருமைகளை அளவோடு பேசி குறித்த காலத்தில் முடித்தல் நலம். வாழ்வில் நிகழ்ந்த சில நல்ல சம்பவங்களை மட்டும் நினைவு கூர்ந்து பேச்சாளர் எடுத்துக் கூறலாம். அவரோடு பழகிய நண்பர்கள் உறவினர்களுக்கு இந்தப் பேச்சு மீண்டும் அவரோடு பழகிய காலங்களை நினைவுபடுத்தும். அவலச்சுவையுடன் கூடிய இந்தப் பேச்சு எவர் மனதையும் புண்படுத்தாதவாறு காத்துக் கொள்ள வேண்டும்.

நகைச்சுவை

"நகையே அழுகை இளிவரல் மருட்கை
அச்சம் பெருமிதம் வெகுளி உவகை என்று
அப்பால் எட்டே மெய்ப்பாடென்ப"

என்பது தொல்காப்பியரின் நூற்பா எண் வகை மெய்ப்பாடுகளை எடுத்துச் சொல்கிறது.

நகைச்சுவைப் பேச்சாளர்கள் பேச்சைக் கேட்கச் சபையோர் ஆர்வம் காட்டுவர். நகைச்சுவையாகப் பேசுவதன் மூலம் கரடுமுரடான பேர்வழிகளையும் நல்வழிப்படுத்த முடியும். கசப்பு மாத்திரையை இனிப்பு முலாம்பூசிக் கொடுப்பது போல நகைச்சுவையுடன் பேசப்படும் பேச்சு வரவேற்பைப் பெறும்.

பட்டிமன்றங்கள், வழக்காடு மன்றங்கள், நகைச்சுவையாக அமைவன. சாலமன் பாப்பையா, நெல்லைக் கண்ணன், திண்டுக்கல் லியோனி போன்றவர்கள் பட்டிமன்றங்களை உதாரணம் கொள்ளலாம்.

மாவட்டத் தலைநகர்களில் "நகைச்சுவை மன்றங்கள்" வைத்து வாரா வாரம், மாதா மாதம் கூட்டங்கள் நிகழ்த்தி வருகிறார்கள். மாணவ மாணவிகளை நகைச்சுவைத் துணுக்குகளைப் பேச வைத்துக் கேட்டு, பரிசு கொடுத்து ஊக்கப்படுத்துகிறார்கள்.

வீரியப் பேச்சு

பேச்சாளர் தாம் கூற வந்த கருத்துகளை ஆணித்தரமாக மக்கள் மனதில் பதியச் செய்வதற்கும், மக்களுக்கு ஏற்படும் அநீதி, அக்கிரமங்கள், கொடுமைகளைக் கண்டிப்பதற்கும் வீரியமாகப் பேசுவது அவசியம்.

முதலாளிகள் மீது பழிசுமத்தும் பேச்சுகளில் வீராவேசம் கனன்று சுடர்விட்டு எரியும். இத்தகைய வீரியமான பேச்சுகளால் மக்களிடையே கலகம் எழுவதற்கும் வாய்ப்புண்டு. இதன் விளைவாகப் போராட்டம், பட்டினி, வேலை நிறுத்தம், கலகம், சாக்காடு முதலியன நிகழலாம்.

எனவே, வெறும் வீரம் செறிந்த பேச்சுகள், நாட்டு மக்களுக்கு நன்மை பயப்பதை விட்டுத் துன்பத்தை அளிப்பதாகவே அமைகிறது. மக்களிடையே பிரிவினைகளைத் தூண்டுவதாகவே வீரிய பேச்சுகள் வெளியாகின்றன.

மொத்தத்தில், வீரம் செறிந்த ஒரு பேச்சாளரின் பேச்சில் ஈரம் அல்லது கருணை என்ற பசை தடவி விட்டிருக்க வேண்டும். அவ்வாறு பேசுவதே உண்மையான வீரியப் பேச்சாகும்.

வஞ்சப் புகழ்ச்சி

தமிழ் இலக்கண நூலாசிரியர் தண்டியாசான் தம் தண்டியலங்கார நூலில் செய்யுளுக்குரிய அணிகளுள் ஒன்றாக வஞ்சப் புகழ்ச்சி அணியைக் குறிப்பிடுவார்.

புகழ்வது போல் இகழ்வதும், ஒருவரை இகழ்வது போல் புகழ்வதும் இவ்வகைப் பேச்சு ஆகும். எதிரியைப் பற்றிக்கூட நாகரிகமாகப் பேச வேண்டும். இகழ்ந்து பேசும்போதுகூட மேடை நாகரிகத்தைப் பின்பற்றுவதுதான் ஒவ்வொரு பேச்சாளரின் கடமையாகும். பேசும் பேச்சு எதிரியைப் புகழ்வது போல இகழ்வதாக வஞ்சப்புகழ்ச்சியாக அமையலாம். புரிய வேண்டியவர்களுக்குப் புரிந்தால் போதும்.

●●●

5. உள்ளமும் உரையும்

பொதுமேடையில் பேசும் பேச்சாளர்களுக்கு உள்ளம், உரை, செயல் என்ற மூன்றும் மிக முக்கியக் கோணத்தில் செயல்பட வேண்டும்.

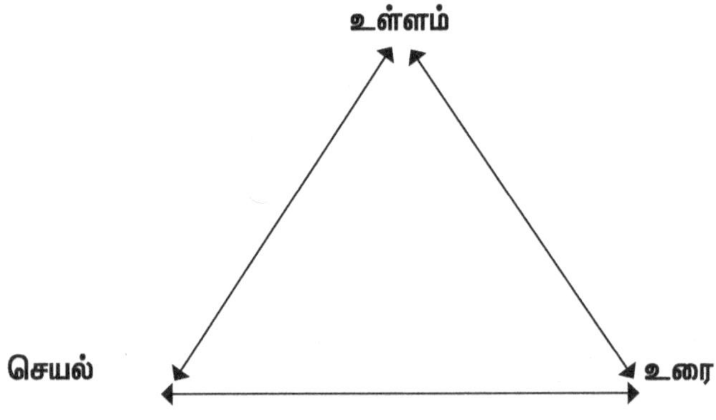

'உள்ளத்தில் ஒளி உண்டாயின் வாக்கினிலே உண்மை உண்டாகும்' என்பது ஒரு கல்லூரியின் கோட்பாடு. ஒவ்வொரு மனிதனுக்கும் இந்தக் கோட்பாடு பொருந்தும். உள்ளத்தில் தோன்றும் கருத்துகளை மணிகளாகக் கோத்துப் பேச்சு மாலையாகச் சபையோருக்கு அணிவிக்கலாம். அது பேச்சாளரின் செயல் வடிவில் மணம் பரப்ப வேண்டும்.

உள்ளம் என்பது ஓர் உரைகல். கற்றல், கேட்டல், உணர்தல் போன்ற பல்வேறு பரிமாணங்களில் மனிதன் தம் உள்ளத்து உணர்வுகளை வளர்த்துக் கொள்கிறான். அந்த உள்ளத்து உணர்வுகள் ஒருங்கே திரண்டு செல்லும் இடத்திற்குச் செல்ல வேண்டும். அது அவனை இந்தச் சமூகத்துக்கு அடையாளம் காட்டும் என்பது நிச்சயம். பேச்சாளனுடைய உள்ளத்தில் உள்ளுவது வாக்கினிலும் அவனுடைய செயல்களிலும் வெளிப்படும். 'உள்ளுவதெல்லாம் உயர்வுள்ளல்' என்பான் வள்ளுவப் பெருந்தகை.

'மனம் போல வாழ்வு' என்பது நாம் அறிந்த உண்மை. 'சட்டியில் இருப்பதுதான் அகப்பையில் வரும்' என்பதுபோல உள்ளத்தில் நல்ல எண்ணம் உருவாகும் போது அவை கேட்பவர் காதுகளில் தேனாகப் பாய்ந்து இதயத்தில் இறங்கி மூளையில் இடம் பிடிக்கும்.

'விழியில் விழுந்து இதயம் நுழைந்து உயிரில் கலந்த உறவு' என்று காதலைப் பற்றிக் கவிஞர் வைரமுத்து எழுதினார். அதுபோல உள்ளத்தில் எழும் எண்ணங்களை மேடைப் பேச்சாளர் தன் உரையின்போது சுவைபட வெளிப்படுத்துவார்.

உள்ளம் என்பது யாது?

உள்ளம் பற்றி விரிவான விளக்கங்கள் ஈண்டு தேவையில்லாததால் சுருக்கமாகக் காணலாம். உள்ளம் என்பது எதைக் குறிக்கும்? உடலின் உள்ளே உள்ள இதயத்தைக் குறிக்கிறது என்பர் சிலர்; அல்ல இதயம் என்பது உடலில் இரத்த ஓட்டத்தைச் சீராக்க உதவும் ஒரு முக்கிய உடலுறுப்பு. உள்ளம் என்பது மூளையைக் குறிக்கும் என்பர் சிலர். மூளையில் தோன்றும் கருத்தை வாய் வழியே மனிதன் பேசி உலகுக்குத் தெரிவிக்கிறான். தன் எண்ணங்களைச் செயல்படுத்துகிறான். இத்தகைய உள்ளத்தில் எழுகின்ற தூய எண்ணங்கள் அந்த மனிதனை இந்த உலகிற்கு அடையாளம் காட்டுகிறது.

காலில் முள் குத்துகிறது என்றால் அவனுடைய கால் வலிக்கிறது. காலைத் தூக்குகிறான். தன் கையால்

முள்ளை எடுக்குமாறு மூளை ஆணையிடுகிறது. மனிதன் செயல்படுத்துகிறான். மேலே சொன்னது இச்சையுடனான செயலாகும்.

அனிச்சை செயல்களாக மனித வாழ்வில் சில நடக்கும்.

"உடுக்கை இழந்தவன் கைபோல ஆங்கே
இடுக்கண் களைவதாம் நட்பு"

(நட்பியல் - குறள் 788)

என்ற திருக்குறளுக்கிணங்க தன் வேஷ்டி அவிழும் போது மூளையின் ஆணைக்குக் காத்திராமல் உடனடியாகக் கை தானாகச் சென்று அவிழ்ந்து விழும் வேட்டியை எட்டிப் பிடிக்கிறது. இதுவே அனிச்சை செயலாகும்.

காணுதல், கேட்டல், முகர்தல், சுவைத்தல், உணர்தல், எண்ணம், விருப்பம், வெறுத்தல், ஆய்தல், உரைத்தல் போன்ற உணர்வுகள் நிகழும். இவை யாவும் உள்ளத்திலிருந்து உதிப்பனவாகவே தோன்றும். இந்த உள்ளம் எங்கே இருக்கிறது என்று சாதாரண மனிதனிடம் கேட்டால் தம் நெஞ்சின் இடப்புறத்தைத் தொட்டுக் காட்டுவான். இந்த இதயத்துக்கும் மூளைக்கும் இடையேயான தொடர்பை அறிஞர்கள் விளக்குவார்கள். மனித உடலிலுள்ள நரம்புத் தொடர்புகளால் மூளை இயக்கப்படுகிறது. அந்த இயக்கத்தால் உருவாக்கப்பட்டது 'மனம்' என்று மேலைநாட்டினர் கூறுவர். எனவே 'உள்ளம்' 'இதயம்' இரண்டும் இரண்டறக் கலந்து நிற்கும் ஓர் அரிய நிலையே.

தம் இதயத்திலிருந்து தோன்றுவதை மறைக்காமல் எழுத்துகளைத் தருபவர் நல்ல எழுத்தாளர். தம் இதயத்தில் எழும் எண்ணங்களை வாய்மொழியாகப் பேசுபவர்கள் பேச்சாளர்கள். இத்தகைய பேச்சாளரே நாவலர் ஆவர்.

"எண்ணங்களில் நல்லனவும் உண்டு; தீயனவும் உண்டு; நல்ல எண்ணங்களால் பழுத்த மனமுடையாரை எந்த வகைத் தீமையும் எதுவும் செய்யாது" என்று திரு.வி.க. கூறுவார்.

"வெள்ளத் தனைய மலர்நீட்டம், மாந்தர்தம்
உள்ளத் தனையது உயர்வு"

(ஊக்கமுடைமை - குறள் 595)

ஒருமுகப்பட்ட மனம்

பேச்சாளருக்கு ஒருமுகப்பட்ட மனம் இருக்க வேண்டும். சிக்மண்ட் பிராய்டு, யூங் போன்றவர்கள் மனதை மேல் மனம், நடுமனம், ஆழ்மனம் என்று மூன்றாகப் பகுப்பார்கள். இந்த மனதை ஒருமுகப்படுத்தி உள்ளொளியை உலகுக்கு எடுத்துச் சொல்வதாகப் பேச்சு வெளிவர வேண்டும்.

உள்ளத்திலே உள்ளொளி கண்டவர்கள் மட்டுமே சிறந்த பேச்சை, எழுத்தை வெளிக் கொணர முடியும். சாதி, மத, மொழி, மனம், நாடு கடந்து இந்நாடும் ஒளிவீசும். திருக்குறளை உதாரணமாகக் கூறலாம். சுதந்திரம் வாங்கித் தந்த மகாத்மா காந்தியடிகளின் பேச்சு அதி நுட்பமானது. இவர்களைப் போன்ற உள்ளத்தில் உள்ளொளி கண்ட பெரியார்கள் இந்தியாவில் ஏராளமானோர் உண்டு.

தஞ்சைப் பெரிய கோவிலின் கோபுர உச்சியில் காணப்படுகின்ற ஓர் ஆங்கிலப் பதுமையின் தோற்றம் ஓர் ஓவியரின், சிற்பக் கலைஞரின் உள்ளொளியில் தோன்றிய உருவம்தான் என்று அறிஞர் தெய்வசிகாமணி கருதுவார்.

✪ புள்ளி விவரங்கள், மற்றவர்களின் அனுபவங்கள், நீ பெற்ற அனுபவங்கள் இவைகளைக் கலந்து பேசும் பொழுது பேச்சின் சுவை அதிகரிக்கும். கேட்பவர்களும் ஆர்வமாகக் கேட்பார்கள்.

✪ சொல்திறன் மிக்கவனை வெல்வது அரிது.

– திருவள்ளுவர்

●●●

6. பேச்சும் எழுத்தும்

பொதுவாகப் பேச்சில் சிறந்த நபரைப் 'பேச்சாளர்' என்பர். எழுதுவதில் சிறந்தவரை 'எழுத்தாளர்' என்பர்.

"பொதுவாக எழுதுகின்றவர்களுக்குப் பேச்சு வருவதில்லை. பேசுகின்றவர்கள் எழுத்தின் பக்கம் எட்டியும் பார்ப்பதில்லை. ஓரளவு எழுதவும் பேசவும் தெரிந்தவர்களோ, செயல் வீரர்களாக இருப்பதில்லை. இந்தப் பொது விதிக்கு – உலக நடைமுறைக்கு மாறாக – எழுத்து, பேச்சு, செயல் என்ற மூன்று துறைகளிலும் தமது மூச்சுத் தொடருக்கு முற்றுப்புள்ளி வைக்கப்படும் வரை முனைப்புடன் பணியாற்றியவர் அடிகளார். எழுத்தானாலும் சரி, பேச்சானாலும் சரி, செயலானாலும் சரி, அவரிடம் சுடர்விட்டு நின்றது உண்மை" என்று பேராசிரியர் இரா. மோகன் தன் 'இலக்கியச் சிந்தனை' என்ற நூலில் குறிப்பிட்டுள்ளார்.

பேசும் திறனும் எழுதும் திறனும் இரண்டு வகையிலும் வாசகர்களைக் கவரும் திறமை உடையவர்கள் மிகச் சிலரே. அறிஞர் அண்ணா, கலைஞர் கருணாநிதி, நாவலர் நெடுஞ்செழியன், வைகோ, வைரமுத்து இவ்வாறு பட்டியலிடலாம்.

பேச்சும் சிந்தனையும்

மா, மரம், புள் இவற்றிலிருந்து மனிதன் எவ்வாறு மாறுபடுகிறான் என்றால் பகுத்தறியும் ஆறாவது அறிவு எனலாம்.

"நூறு ஆண்டுகள் வாழ்பவனைப் போலச் செயலாற்று, ஆனால் நாளையே இறந்து விடுபவனைப் போல் சிந்தனை செய்" என்பது ஒரு பழமொழி.

"சிந்தனை செய் மனமே! செய்தால்
தீவினை அகன்றிடுமே!

என்று முருக பக்திப் பாடல் உண்டு.

ஒரு நல்ல புல்வெளியையும் நீரோடையையும் பார்த்தால் மேலை நாட்டார் அதை ஒரு பொழுது போக்கும் இடமாக மாற்றுவதற்குச் சிந்திப்பார்கள். நம்மவர்கள் அந்த இடத்தைக்கூட கழிப்பிடமாக மாற்றிவிடுவார்கள்.

சிந்தனை மனிதனுக்கு மனிதன் மாறும். மதுரையிலிருந்து நெல்லைக்கு நான்குபேர் வந்தார்கள். அவர்களிடம் "நீங்கள் மதுரையைப் பற்றி அதன் சிறப்பு பற்றிக் கூறுங்கள்" என்று கேட்கப்பட்டது. முதலாமவர் கூறினார் "எங்கள் ஊரில் மீனாட்சி அம்மன் கோவில் பிரபலமானது'' என்றார். இரண்டாமவர் "எங்கள் ஊரில் மதுரை கதம்பம் சிறப்பானது" என்றார். மூன்றாமவர், "சங்கத் தமிழ் உருவானதே எங்கள் மதுரையில்தான்' என்றார். நான்காமவர் "எங்கள் ஊரில் உள்ள திருமலை நாயக்கர் மகால் கட்டிடக் கலைக்குச் சான்று" என்றார்.

இவ்வாறு நான்கு பேரும் ஒரே ஊரைச் சேர்ந்தவர்கள் என்ற போதிலும் அவர்களுடைய சிந்தனை அவரவர் ஈடுபாடு, புத்திக்கு ஏற்ப வெளிப்படுகிறது.

"செப்புமொழி பதினெட்டுடையாள்
எனினும் சிந்தனை ஒன்றுடையாள்"

என்றான் பாரதி. இந்தியன் என்ற ஒன்றுபட்ட சிந்தனை தேவை என்று பாரதியார் வலியுறுத்தினார்.

பேச்சாளர்கள் தத்தம் மூளையின்

1. ஆர்வம்
2. அறிவுத்திறன்
3. ஈடுபாடு

4. பயிற்சி

5. முயற்சி

இன்ன பிற காரணிகளுக்கேற்பத் தன் சிந்தனைத் திறனை அவ்வத் துறைகளில் வளர்த்துக் கொள்கிறார்கள்.

ஆன்மீகச் சிந்தனை உடையவர்கள் அத்துறையில் சொற்பொழிவு செய்கின்றனர். சமூக அக்கறையில் ஈடுபாடுடையவர்கள் அத்துறையில் பட்டிமன்றம், சுழலும் சொல்லரங்கம் போன்றவற்றில் பேசும் சிந்தனையை வளர்த்துக் கொள்கின்றனர்.

பாவேந்தர் பாரதிதாசனாரை புரட்சிக் கவிஞர் என்றழைக்கிறோம். அவர் தம்முடைய பாடல்களில் புரட்சிகரச் சிந்தனையைத் தட்டி எழுப்பினார். சில அரசியல் கட்சியைச் சேர்ந்தவர்கள் புரட்சிகரமான சிந்தனைகளை மக்கள் மத்தியில் பரப்பி வருகின்றனர்.

- எதையும் தாங்கும் இதயம் வேண்டும்.
- மறப்போம் மன்னிப்போம்.
- கத்தியைத் தீட்டாதே புத்தியைத் தீட்டு.
- எங்கிருந்தாலும் வாழ்க.
- ஏழையின் சிரிப்பில் இறைவனைக் காண்போம்.
- மாற்றான் தோட்டத்து மல்லிகைக்கும் மணம் உண்டு.
- மக்கள் தொண்டே மகேசன் தொண்டு.

இந்தப் பொன்னான மொழிகள் அறிஞர் அண்ணாவினுடையவை.

●●●

7. பேசும் முறை

ஒவ்வொரு பேச்சாளர் ஒவ்வொரு முறையில் பேசுவார்கள். தனக்கெனச் சில பேர் தனிப்பாணியை வைத்துக் கொள்வார்கள். பேசுவதில் பலமுறைகள் உண்டு. அதில் ஒரு முறையை ஈண்டுக் காணப் புகுவோம்.

“சாதாரணமாக நம்மில் பலர் ஒருவருக்கொருவர் பேசும்போது சில குறிப்பிட்ட வார்த்தையை அடிக்கடி பயன்படுத்துவதுண்டு. பள்ளி, கல்லூரிகளில் ஆசிரியர்களில் சிலர் குறிப்பிட்ட வார்த்தைகளை அடிக்கடி பயன்படுத்துவார்கள். ஆங்கில ஆசிரியர் மட்டுமல்ல தமிழாசிரியர், வரலாற்று ஆசிரியர் கூட So என்ற ஆங்கில வார்த்தையைப் பயன்படுவதை வைத்து அவரை 'So Sir' என்று அழைப்பதும் உண்டு. சிலர் பேச்சினிடையே ‘வருது’, ‘வந்து’ என்று பேசுவார்கள். தற்போது தொலைக்காட்சி நிருபர்கள் பேசும்போது இதுமாதிரியான சில வார்த்கைளை அடிக்கடி அவர்களை அறியாமலேயே பயன்படுத்திக் கொண்டிருப்பதைக் கேட்கவும் பார்க்கவும் முடிகிறது.

அரசியல் மேடைகளில் இதுமாதிரியான சொல்லாடல்களை அடிக்கடி கேட்கலாம். “இதனால் யாவருக்கும் சொல்லிக் கொள்வது என்னவென்றால்” என்பது போன்ற நீண்ட சொற்றொடர்களைக் கூட சிலர் அடிக்கடி பயன்படுத்துவார்கள்.

'ஆகவே', 'எனவே', 'அந்த முறையில்' 'ஏதோ', 'ஆகட்டும்', 'மகத்தான', 'உண்மையில்', 'ஆனபடியாலே', 'என்னவென்றால்' இப்படி பல மொழியொலிகள் எழுவதுண்டு.

'நான் கேட்கிறேன்', 'அப்படிக் கேட்கிறேன்', 'அதை நான் கேட்கிறேன்', 'நன்று நன்று', 'ஆம் ஆம்' என்ற வார்த்தைகளைத் தம் பேச்சினூடே பத்து இருபது முறை பயன்படுத்துவார்கள். இப்படிப் பேசும் பேச்சாளர்களை இன்றும் மேடையில் பார்க்க முடிகிறது. இதனைப் பழம்பெரும் எழுத்தாளர் எம். தெய்வசிகாமணி 'மொழிச்சேட்டை' என்றும், இது நல்ல தரமான பேச்சாளனுக்கு உகந்த பழக்கம் அல்ல எனவும் வலியுறுத்துவார்.

குற்றமான முறை

பேசும் பேச்சுக்குப் பொருத்தமான கதை அல்லது நடப்பு நிகழ்வை எடுத்துப் பேசலாம். அதைவிடுத்து சம்பந்தமில்லாத கதைகளை மேடைகளில் பேசுவது குற்றம். எல்லோரும் கூறிய கதைகளையே எடுத்துக்காட்டாகக் கூறாமல் தாம் புதிய புதிய கதைகளை நாட்டு நடப்புகளை எடுத்துக்கொண்டு பேச வேண்டும்.

அரசியல் மேடைகளில் முறையற்ற பேச்சுகள் அதிகம் இடம்பெற வாய்ப்பு உண்டு.

பேச்சாளனுக்கு ஏற்படும் சோர்வுகள்

மனிதனுக்கு இரத்த ஓட்டம் இருக்கும் வரை ஆடாத ஆட்டம் ஆடுவான்; பேசாத பேச்சு பேசுவான்; சோர்வே அடைய மாட்டான். இரத்த ஓட்டம் குறையக் குறைய ஆட்டபாட்டங்கள் குறையத் தொடங்கும். இது பொதுவான நியதி.

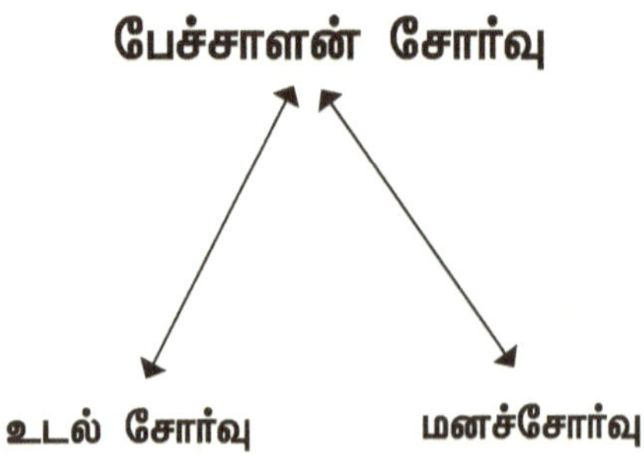

பேச்சாளனுக்கு ஏற்படும் சோர்வை இரண்டு வகையாகப் பார்க்கலாம்.

1. உடற்சோர்வு
2. மனச்சோர்வு

பேச்சாளனுக்கு மனச்சோர்வு ஏற்படப் பல காரணங்கள் உள்ளன. நல்ல ஆரோக்கியமான உடல்கட்டு இருந்தால் மனோதிடம் இருக்கும். குறிப்பாகப் பேச்சாளனுக்கு

1. சபை சலசலப்பு
2. சரக்கு குறைவு
3. படிப்பின்மை
4. குடும்பச் சூழ்நிலை
5. சமூகச் சூழ்நிலை

இவைபோன்ற பற்பல காரணங்கள் பேச்சாற்றலில் மனச்சோர்வை உண்டாக்கும். தைரியமின்மை அல்லது கோழைத்தனம், மறதி, சொற்சோர்வு ஆகிய பிறவும் சூழல் காரணமாக உருவாகும். சிற்றெறும்பு போல உள்ள பிரச்சனைகளும் மலைகளெனப் பெருக மனச்சோர்வு உண்டாக வாய்ப்பு உண்டு. மனச்சோர்வு காரணமாகவே உடற்சோர்வு 70% உண்டாகும்.

சொற்சோர்வு

மேடையில் பேசும்போது சொற்சோர்வு இன்றி ஒருவர் பேசுவதற்கு அந்தப் பேச்சாளருக்கு விசாலமான நூலறிவும், அவையோரைக் கவர்ந்திழுக்கும் சொற்தேர்வும் இன்றியமையாதவையாகும்.

தெளிவான உச்சரிப்பு வராமற் போவதாலும் வல்லின மெல்லின உச்சரிப்பு வாய் தவறுதலாலும் பேச்சு சோர்வாகக் கேட்கும். ஒரு பேச்சாளர் பேசும்போது ஏற்படும் குரல் மாற்றத்தால் வார்த்தைகள் உச்சரிப்பு பெருகியும் குறுகியும் அருவருக்கத்தக்கதாக வெளி வரலாம். இலக்கியங்களை இலக்கணப் பிழையின்றி அதற்கான சரியான ஒலி அளவைக் கொண்டு மூத்த பேச்சாளர்கள் பேசும் அனுபவத்தை உள்வாங்கிக் கொள்வதே நல்ல பேச்சாளனின்

இலக்கணமாகும். அப்படிப்பட்டவருக்குச் சொற்சோர்வு, மனச்சோர்வு, உடற்சோர்வு ஏற்படாது என்பது உறுதி.

கருத்துச் சோர்வு

சொலல்வல்லன் சோர்விலன் அஞ்சான் அவனை
இகல்வெல்லல் யார்க்கும் அரிது

(சொல்வன்மை -குறள் 647)

மேடையில் பேசுபவர் உடலும் மனமும் வலிமையாக இருந்தால் மட்டும் போதாது. அவருடைய சொல் வன்மை சோர்வில்லாமல் வெளிவரல் வேண்டும். பேச வந்தவர் தங்குதடையில்லாமல் குற்றால அருவியெனத் தொடர்ந்து பேச வேண்டும். அவ்வாறு பேசுவதற்குக் கருத்துச்சோர்வு ஏற்படக் கூடாது. நல்ல பல புதிய புதிய கருத்துகளைக் கேட்டறியவே அவையில் மக்கள் கூடுவார்கள். புதிய கருத்துகளை இடம், பொருள், ஏவல் அறிந்து அவையோரின் ஆர்வத்துக்கு ஏற்பப் பேச்சாளர் அடுக்கடுக்காக எடுத்து வைக்க வேண்டும்.

கருத்துக் கோர்வை இல்லாமல் முரண்படப் பேசுவோரை அவையோர் விரும்புவதில்லை. பேச அழைப்பதுமில்லை. ஒரு கருத்திலிருந்து வேறொரு கருத்துக்குத் தாவுதல் வரன்முறையில்லாமல் பேசுதல் வெறுக்கத் தக்கவையாகும்.

ஆக, மேலே சொல்லப்பட்ட

1. உடல்சோர்வு
2. மனச்சோர்வு
3. சொற்சோர்வு
4. கருத்துச்சோர்வு

ஆகிய நான்குவித சோர்வுகளும் பேச்சாளருடைய மேடைப்பேச்சைப் பாதிக்கும் 4 காரணிகள் ஆகும். இத்தகைய சோர்வுகளால் மேடைப் பேச்சாளன் அலைக்கழிக்கப்படாமல் தம்மைக் காத்துக் கொள்ளுதல் அவசியம்.

●●●

8. அவையோர் உளவியல்

மேடையில் பேசினாலும், ஊடகங்களில் பேசினாலும், கல்வி நிறுவனங்களில் பேசினாலும், தொழிற்சாலைகளில் பேசினாலும் பேச்சாளர் அவையோரைச் சரியாக எடை போட்டுக் கொண்டு தன் பேச்சை வழங்க வேண்டும். அவையோரை ஈர்த்துக் கட்டிப் போடும் அளவிற்குப் பேச்சு இடம்பெற வேண்டும். அவையோரை

1. படித்த மக்கள்
2. பாமர மக்கள்
3. குற்றம் காண்போர்

என்று பிரிக்கலாம். படித்த அவையோர் பேச்சாளரின் கருத்துகளைத் தாம் ஏற்கனவே கேட்டவர்கள் பேச்சோடும், கற்ற நூல்களின் கருத்துகளோடும் ஒப்பிட்டுப் பார்ப்பார்கள். பாமர மக்கள் பேசுவோரை ஊன்றிக் கவனித்து இன்புறுவார்கள். ஆனால் மூன்றாவது சொல்லப்பட்ட குற்றங் காண்பவர் மனது எப்போதும் குற்றங் காண்பதிலேயே ஈடுபட்டு இருக்கும். எந்தவிதப் பேச்சாளர்களும் அவர்களைத் திருத்தி விட முடியாது. திருப்திப்படுத்தவும் முடியாது. அவர்கள் திருந்த வழி குறைவு.

அவையோர் எதிர்பார்க்கும் அளவிற்கு அறிவுக்கும் நோக்கத்திற்கும் கொள்கைகளுக்கும் ஏற்றவாறு ஒரு

பேச்சாளர் பேசுவதே முறையாகும். உலகப் பொது அறிவும் மானிட சக்தியும் பிணைந்து நிற்பதே நல்ல பேச்சின் இலக்கணம் ஆகும். நல்ல மருத்துவர் எவ்வாறு தன்னிடம் வரும் நோயாளியின் நாடியைப் பிடித்துப் பார்த்து மருந்து கொடுக்கிறாரோ அதுபோல பேச்சாளர் சபையோரின் நாடித்துடிப்பை உணர்ந்து இரைபோட வேண்டும்.

தாம் பேசிப் பழகியவர்கள் முன்பு பேச நேரிடலாம். பழகாத புது இடங்களில் பேச வேண்டியிருக்கலாம். இடம், காலம், இயல்பு என்று அவையோரைக் கூறுபடுத்திக் கொள்ளலாம். பழகிய பேச்சாளர் பேசும்போது அவையோரும் 'இவர் இப்படித்தான் பேசுவார்' என்று முடிவு எடுத்து வைத்துக் கொண்டு கேட்க வருவார்கள். அத்தகைய பழகிய சபையோர் முன்பு பேச்சாளர் அவர்களின் எதிர்பார்ப்புக்கேற்பத் தமது உரையை அமைத்துக் கொள்வார்கள். இத்தகையோர் பேச்சு மேல் பூச்சு இல்லாமல் முலாம் இடாத இயல்பான பேச்சாகவே இருக்கும். அந்தப் பேச்சைச் செவிமடுக்கும் பெரியோர் அந்தப் பேச்சைச் சுவைப்பர். எளிய மொழி நடை, சின்னச் சின்ன வார்த்தைகள், வாக்கியத் தொடர்கள், கருத்துத் தெளிவு ஆகியவை அந்தப் பேச்சுக்குத் துணை நிற்கும்.

விருப்பு வெறுப்பு

ஒரு பேச்சாளரைப் பலருக்குப் பிடிக்கலாம்; சிலருக்குப் பிடிக்காமற் போகலாம். இன்றைய சூழலில் சில பேச்சாளர்களைத் தற்கால ஊடகங்களின் வாயிலாகச் சபையோர் எடை போட்டு வைத்துள்ளார்கள். தாம் எடை போட்டபடி சிலர் உயர்வாகவும் சிலர் தாழ்வாகவும் மனதில் இடம் பெறலாம். பல்லாண்டுகளுக்கு முன் அமெரிக்காவில் நடைபெற்ற சர்வ மத உலக மாநாட்டில் விவேகானந்தர் இந்துமத உயர்வைக் குறித்துப் பேசினார். பரப்பரப்பாக இன்று வரை பலர் மேடைப்பேச்சுகளில் உதாரணம் காட்டுவது இந்தப் பேச்சைத்தான்.

ஒருசில பேச்சாளரின் பேச்சைப் பாராட்டி ஆரவாரித்து ஆர்ப்பரித்து மகிழ சபையோர் கூட்டம் உண்டு. அத்தகையோர் பேசும் இடமெல்லாம் பெருங்கூட்டம் கூடும். ஈவேரா

பெரியார், சி.என். அண்ணாத்துரை, திரு.வி.க. போன்றோர் பெரும்பான்மை மக்களைத் தம் பேச்சுத் திறத்தால் வசீகரித்தவர்கள்.

சிலர் சபையில் பேசும்போது ஒரு குழுவினரை நண்பர்களாகவும் ஒரு குழுவை எதிரிகளாகவும் பாவித்து சிலர் பேசுவார்கள். சிறந்த பேச்சாளர்கள் இவ்வாறு பிரித்துப் பார்க்கக்கூடாது. அனைவரையும் ஒருமித்த வகையில் பாவிக்க வேண்டும்.

“இந்தக் கூட்டத்தில் என் பேச்சு பிடிக்காத சிலர் இருப்பதைக் காண்கிறேன். எனக்குக் கைதட்டாவிட்டாலும் பரவாயில்லை, இடைஞ்சல் இல்லாமல் இருந்தால் சரி” என்று சிலர் பேசுவதுண்டு. சில கரடுமுரடான பேச்சாளர்கள் “என் பேச்சு பிடிக்காதவர்கள் இருந்தால் வெளியேறுவது நல்லது’ என்று பேசத் தெரியாமல் பேசிவிடுபவரும் உண்டு. இந்த மாதிரியான பேச்சாளரின் பேச்சு அவையோரின் ஒரு பகுதியைப் புண்படுத்தும் என்பதை உணராமல் போவதுண்டு. இதைத் தவிர்த்தல் நல்லது.

தொடர்ந்து விலக்குதல்

அவையோரை ஈக்கும் வகையில் பேசும் போது அவர்களுக்குத் தன் பேச்சில் எள்ளளவும் சந்தேகம் ஏற்படாதபடி தொடர்ச்சியாகவும் விளக்கமாகவும் தன் பேச்சைத் தொடர வேண்டும். ஏற்றம் இரைப்பவர்கள் எவ்வாறு தொடர்ந்து நீரை இறைப்பார்களோ அதுபோல பேச்சாளர்கள் பேச்சு என்ற நீரைத் தொடர்ந்து இறைக்க வேண்டும்.

தேர்தல் வட்ட அவையோர்

‘அரசியலில் இதெல்லாம் சகஜமப்பா?’ என்று கவுண்டமணி சொல்வது போல அரசியல் மேடைகளில் ஒருவரை ஒருவர் திட்டித் தீர்ப்பது காலம் காலமாக நடைபெறும் ஒன்று. சிலர் நாகரிகமாகப் பெயர் குறிப்பிடாமல் சாடைமாடையாக எதிரியைத் தாக்கிப் பேசுவார்கள். அனுபவம் வாய்ந்த அவையோருக்கு இந்தப் பேச்சாளர் யாரைத் திட்டுகிறார் என்பது புரிந்துவிடும். சில பேச்சில் வல்லவர்கள் சிலேடையாக, குழூஉக் குறி கொண்டும் பேசித் தாக்குவார்கள்.

பேச்சாளர் தான் பேச வந்த நபர் குறித்து வானளாவப் புகழ்ந்து பேசலாம். தவறில்லை. மாறாக எதிராளைப் பற்றி அவதூறாகப் பேசுவதால் இலாபமில்லை. மாறாகக் குறிப்பிட்ட சிலருடைய எதிர்ப்பையும், வெறுப்பையும் சம்பாதிக்க வேண்டி இருக்கும். இது தேவையில்லாத வேலை. அவையோர் மனம் புண்படாமல் பேசுபவர் பேச்சில் எதிர்தரப்பினர் கவனம் திருப்பக் கூடும். அனைவரையும் விருப்பு வெறுப்பு இன்றிப் பேசுவதால் இலாபம்தான்.

வெறுப்பை உமிழ்ந்து பேச்சாளர் பேசுவதால் அவையோர் மத்தியில் ஏற்படும் வெறுப்பு பலவித இடையூறுகளை ஏற்படுத்தும். விளைவுகள் பலவற்றைச் சந்திக்க வேண்டி வரும். ஒட்டிய சுவரொட்டிகள் கிழிக்கப்படும்; தார் எண்ணெய் பூசப்படும்; கூட்டத்தில் கல்வீச்சு நடக்கலாம். இவ்வாறு தேர்தல் நேரங்களில் இடையூறு செய்வோர் மீது மக்களுக்கு வெறுப்பு ஏற்படும். வெற்றிவாய்ப்பு இடம் மாறும். இந்த விளைவுகளுக்கெல்லாம் பேச்சாளரின் பேச்சு அவையோர் மத்தியில் ஏற்படுத்திய வெறுப்பே காரணம்.

சட்டசபைப் பேச்சு

ஒரு காலத்தில் சட்டசபையில் கௌரவமான முறையில் பேச்சுகள் இருந்தன. காலம் செல்லச் செல்ல நாகரிகமான வாதங்களும் பேச்சுகளும் மறைந்து வருகின்றன. தர்க்க ரீதியாகவும் பகுத்தறிவு கொண்டும் பேச வேண்டிய சபையில் கடமையை உணர்ந்து பேச வேண்டும் என்பது நியதி. ஆனால் அவ்வாறு பேச்சு இருக்கிறதா? என்பது கேள்விக்குறி.

பெண்கள் அவை

பொதுவாக சபைதனில் பேச வேண்டுமென்றால் சில சபை நாகரிகத்தைக் கடைப்பிடித்தல் அவசியம். அதிலும் பெண்கள் இருக்கும் சபையில் கண்ணியம் காக்கப்பட வேண்டும் என்பது கட்டாயம்.

பொதுவாக, பொது இடங்களில் நான்கு சிறுவர்கள் பேசிக்கொண்டு இருக்கும்போதுகூட யாராவது பெண்கள் பக்கத்தில் இருந்தால் சில வார்த்தைகளைச் சப்தம் போட்டுப்

பேச மாட்டார்கள். "ஏய்... பெண்கள் வராங்கப்பா..." என்று தன் பேச்சை சென்சார் செய்வதுண்டு. பெண்கள் தினவிழா கூட்டத்தில் பேசப்போகும் ஆடவர் அளவறிந்து அவையோர் மனமறிந்து பேசுதல் நலம். 'காதலித்தல்', 'காமம்', 'காமுறுதல்', 'கைம்மை', 'விபச்சாரி' போன்ற சில குறிப்பிட்ட வார்த்தைகளைத் தவிர்த்தல் நன்று.

இவ்வாறாக, பேச்சாளர் தன் பேச்சை அவையோர் உளவியலை ஒட்டி மாற்றிக் கொள்ள வேண்டும். உள்ளத்தில் ஒளி உண்டாயின் வாக்கினிலே உண்மை வெளிப்படும் என்ற நம்பிக்கையின் அடிப்படையில் அவையோர் உளவியல் முக்கியப் பங்கு வகிக்கிறது.

➢ சொல்லும்போது கேட்பவரைத் தன் வயப்படுத்தும் பண்புகளுடனும், கேட்காதவரும் கேட்க விரும்பும்படியும் கூறுவதே சொல்வன்மையாகும்.

"கேட்டார் பிணிக்கும் தகையவாய்க் கேளாரும்
வேட்ப மொழிவதாம் சொல்."

– திருக்குறள்.

மனிதனுக்குள்ள திறமைகளில் மிகுந்த போற்றுதலுக்குரியது பேச்சாற்றல். அதைச் சரியாகக் கைவரப் பெற்றவர்கள் அரசனைவிட அதிகாரம் பெற்றவர். அந்தக் கலையைக் கற்றவர்கள் இந்த உலகில் ஒரு விடுதலை பெற்ற ஆற்றலாக இயங்கக் கூடியவர்கள்.

–வின்ஸ்டன் சர்ச்சில்.

●●●

9. விழாக்காலப் பேச்சு வகைகள்

பேச்சாளர்களை அழைத்துச் சிறப்பாகப் பேச வைப்பார்கள். இடத்திற்கேற்ப விழாவுக்கேற்பப் பணம் கொடுத்து நல்ல திறமையானவர்களைக் கொண்டு கூட்டம் நடத்துவார்கள். கோவில் கொடைவிழா, பெருந்தெய்வக் கோவில்களில் நடக்கின்ற தேரோட்டத் திருவிழா, தெப்பத் திருவிழா, கரூர் கம்பம் விடும் திருவிழா, நெல்லை ஆனித் தேரோட்டம், தஞ்சை பெரிய கோவில் கும்பாபிஷேகம், குலசேகரன்பட்டினம் தசரா, தூத்துக்குடி பனிமய மாதா திருவிழா, திருவாரூர் இசை விழா, கும்பகோணம் மகாமக விழா, மதுரை அழகர் திருவிழா, நாகூர் கந்தூரி விழா, நாகப்பட்டினம் வேளாங்கண்ணி கோவில் விழா என்று தமிழகமெங்கும் விழாக்களுக்குக் குறைவில்லை.

அந்தந்தக் கோவில் விழாக்களுக்கேற்பப் பேச்சரங்கம், வழக்காடு மன்றம், பட்டிமன்றங்கள் ஏற்பாடு செய்யப்படும். விழாக்களை நாம் பின்வருமாறு பிரிக்கலாம்.

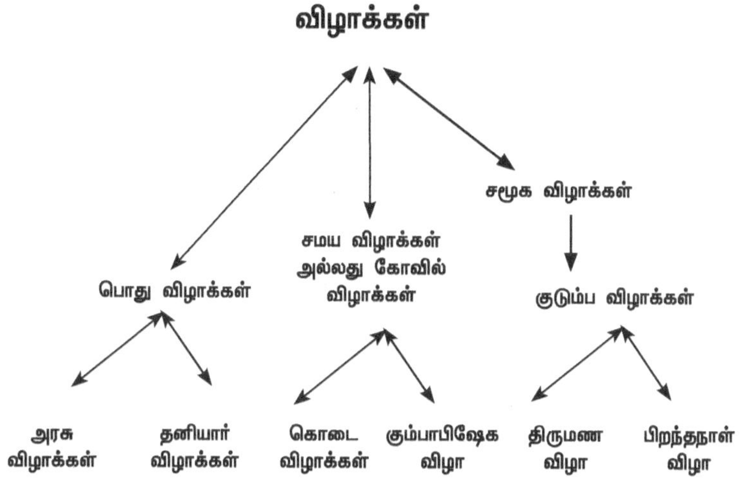

அரசு விழாக்கள்

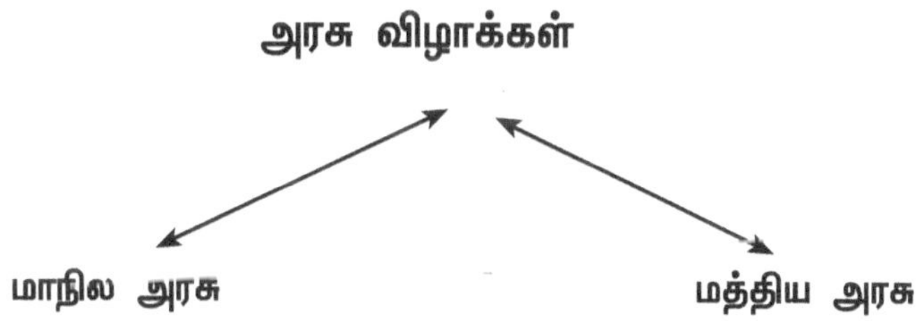

பெரும்பாலும் அரசு விழாக்களில் பொதுமக்களின் பங்களிப்பு குறைவாகவே இருக்கும். அரசாங்கத்தில் பயன்பெறுவோர் மட்டும் ஊர்வாரியாக டோக்கன் கொடுக்கப்பட்டு, பார்வையாளர்கள் வரிசையில் உட்கார வைக்கப்பட்டிருப்பார்கள். அவர்கள் விழாவில் பேசுவோரின் பேச்சைக் கேட்கத் தயாராக இருக்க மாட்டார்கள். இதற்கெனச் சிறப்புப் பேச்சாளர்கள் அதிகத் தொகை கொடுத்து அழைக்கப்படுவதில்லை. அரசு அதிகாரிகள் மட்டுமே குறிப்பிட்ட அளவு நேரம் பேசுவார்கள்.

குடும்ப விழாக்கள்

குடும்ப விழாக்களில் சொந்த பந்தங்கள் திரளாகக் கலந்து கொள்வார்கள். சிறப்புச் சொற்பொழிவிற்கு இங்கு

இடமில்லை. பெரும்பாலும் திருமண வீடுகளில் இசைக் கச்சேரி மட்டுமே ஏற்பாடு செய்து இருப்பார்கள். சினிமாப் பாடல்கள் பாடினாலும் கூட அதை ஒரு சிலர் மட்டுமே உட்கார்ந்து கேட்டு இரசிப்பதுண்டு. மற்றவர்கள் அடுத்தடுத்த நிகழ்ச்சிகளுக்கு விரைந்து கொண்டு இருப்பார்கள்.

திருமணவிழா

திருமணவிழாவில் அரசியல் தலைவர்கள் அல்லது ஊர்ப் பெரியவர்களை அழைத்து மணமக்களை வாழ்த்திப் பேசுமாறு கேட்டுக் கொள்வார்கள். அதுமாதிரி தர்மசங்கடமான சூழல் வேறெதுவும் கிடையாது.

சினிமா நடிகர் பேசினால்கூட கேட்டுக் கொண்டிருக்க நேரமில்லை. நடிகைகள் வந்து பேசினாலும் அவர் பேச்சை ரசிக்கிறார்களோ இல்லையோ அவர் அழகை ரசிக்க ஒரு கூட்டம் உண்டு. திருமண விழாவில் பேச்சு எடுபடாது.

“ஒரு திருமண வீட்டில் மணமேடை அருகே நின்று மைக் கொடுத்து பேசச் சொன்னார்கள். நான் கூட்டத்தில் சிக்கிக்கொண்டேன். வருவோர் போவோர் என்னை மைக்கோடு இழுத்துக்கொண்டு மண்டபத்தின் வாசலுக்கே கொண்டு விட்டு விட்டார்கள்” என்று ஒரு பேச்சாளர் சொன்னார்.

மங்களகரமான சொற்களைப் பேச்சாளர் கையாள வேண்டும்.

> “சொல்லுக சொல்லிற் பயனுடைய சொல்லற்க
> சொல்லிற் பயனிலாச் சொல்.”
>
> (பயனில சொல்லாமை - குறள் 200)

என்பார் வள்ளுவர். அதுபோல அமங்கலமான சொற்களை ஒருபோதும் பயன்படுத்தக்கூடாது.

இரட்டைக் காப்பியங்களில் ஒன்றான சிலப்பதிகாரத்தில் மங்கல வாழ்த்துப் பாடல் இடம்பெறுவதைப் பார்த்திருப்பீர்கள்.

> “காதலர் பிரியாமல் கவவுக்கை ஞெகிழாமல்
> தீதறுக” (சிலம்பு)

என்று இளங்கோவடிகள் எழுதியிருப்பார். நாங்கள் எம்.ஏ. தமிழ் படிக்கும்போது சிலப்பதிகாரம் முழுவதும் பாடமாக இருந்தது. இந்தப் பாடல் வரிகளை எங்களுக்குப் பேராசிரியர் தே.ஜோ.அ. ஜான் பின்வருமாறு விளக்குவார்.

"கல்யாணத்துக்கு வருபவர்கள் மணமக்களை நன்றாக இருங்கள். ஒன்றாகச் சேர்ந்து பல்லாண்டு வாழுங்கள் என்றுதான் வாழ்த்துவதைப் பார்த்து இருப்போம். அதைவிட்டு "நாசமாகப் போகாமல் நல்லா இரு", "சேர்ந்த கை பிரியாமல் தீது அறுந்து போகட்டும்" என்று யாராவது வாழ்த்துவார்களா? இளங்கோவடிகள் இப்படி மங்கல வாழ்த்துப் பாடலை அமைத்திருக்கிறாரென்றால் காரணம் இல்லாமல் இல்லை. பின் நடக்க உள்ள செய்திகளை முன்னரே குறிப்பால் உணர்த்துவதற்காகப் புலவர் இந்த மாதிரியான உத்தியைக் கையாளுவது வழக்கம்" என்று விளக்கம் தருவார்கள்.

பிறந்தநாள் விழா

சிறுகுழந்தைகள் பிறந்த நாள் விழாவில் பேச்சாளர்கள் நம் உறவினர்கள் மட்டும்தான். அரசியல் தலைவர்கள், தொழிலதிபர்கள், பிறந்த நாள் விழாவில் தலைசிறந்த பேச்சாளர்களை அழைத்து வந்து பேச வைப்பார்கள்.

வானுக்கும் மண்ணுக்கும் வாமன அவதாரம் எடுத்து நின்று பேச்சாளர்கள் பேசுவதைக் கேட்கலாம். இப்படியெல்லாம்கூடப் பேச முடியுமா? என்று பலர் மூக்கின் மேல் விரல் வைப்பீர்கள்.

"வாங்குற துட்டுக்கு நல்லா வாசிக்குறாம்பா" என்று கவுண்டமணி சொல்வதுபோல பாட்டுப்பாடி ஆட்டம் ஆடி கொண்டாடப்படுவதும் உண்டு.

அரசர்களின் பிறந்தநாளின்போது அரசனுடைய போர், வீரம், கொடைச் சிறப்பினை எடுத்துப் பாடி ஏற்றிப் புகழ்ந்து புலவர் பெருமக்கள் பொன்னும் பொருளும் பரிசிலாக வாங்கிச் சென்றதை நாம் இலக்கியங்கள் வழிக் காணலாம். பரிசில் பெற்ற புலவர்கள் பரிசில் பெற வருவோரை ஆற்றுப்படுத்தியதாக ஆற்றுப்படை நூல்கள் அரசர்களின் கொடைத்திறத்தை எடுத்தோதுகின்றன.

தஞ்சையை ஆண்ட இராஜராஜசோழன் பிறந்த நாள் சதயத் திருவிழாவாகத் தஞ்சாவூரில் மிகவும் கோலாகலமாகக் கொண்டாடப்படுகிறது. (நூற்றாண்டு விழாவாக)

“இராஜராஜனின் மகளான குந்தவையை இளவரசன் விமலாதித்தன் காதலித்தார். இராஜராஜனின் பிறந்த நாளன்று தன் பிறந்த நாள் பரிசாகக் குந்தவையைக் கேட்டு மணம் முடித்ததாக இராஜராஜனின் மெய்க்கீர்த்திகள் குறிப்பிடுகின்றன என்று முனைவர் ப. பாலசுப்பிரமணியன் ‘வாங்க மேடையில் பேசலாம்’’ என்ற தமது நூலில் குறிப்பிட்டுள்ளார். சங்கம் வைத்துத் தமிழ் வளர்த்த மதுரையை ஆண்ட திருமலை நாயக்கர் மன்னரின் பிறந்த நாளான தைப்பூசத் திருவிழாவும் மிகச் சிறப்பாகக் கொண்டாடப்பட்டு வருகிறது.

தொடக்க விழா

புதிய நிறுவனங்கள், கட்டடங்கள், பள்ளி, கல்லூரிகள் போன்றவற்றின் தொடக்க விழா சிறப்பாக நடைபெறும். இவ்விழாவில் பேசுபவர்கள் ‘ஆரம்பமே அமர்க்களமாகட்டும்’ என்று வாழ்த்திப் பேச வேண்டும்.

'First impression is the Best impression" என்று எடுத்துக்கூறி தொடக்கம் முதலே நல்ல பெயர் எடுக்க வேண்டும். கடை என்றால் நல்ல வாடிக்கையாளர்களைப் பெறுவதற்கும் பள்ளி, கல்லூரிகள் என்றால் மிகுந்த மாணவர்கள் சேர்க்கை நடைபெறுவதற்கும் வழிவகுக்கும் வகையில் பேச்சாளரின் பேச்சு அமைய வேண்டும்.

விளையாட்டு விழா

அரசு சார்பிலும் தனியார் பள்ளி, கல்லூரிகளிலும் விளையாட்டு விழாக்கள் கொண்டாடப்படும். விளையாட்டு விழாவில் பேசுவதற்குப் பொருத்தமான நபரைத் தேர்ந்தெடுக்க வேண்டும்.

கால்பந்தாட்டப் போட்டிக்குப் பேச வந்த பேச்சாளர், “ஏன் ஒரு பந்தை வைத்துக் கொண்டு இத்தனை பேர் சண்டை போட்டுக் கொள்கிறார்கள்? அடுத்த முறை ஆளுக்கொரு பந்து கொடுக்க ஏற்பாடு செய்கிறேன்” என்று

அந்த விளையாட்டைப் பற்றித் தெரியாமல் பேசிய செய்தி கேள்விப்பட்டு இருப்பீர்கள்.

எந்த விளையாட்டுக்குக் கூப்பிடுகிறோமோ அந்த விளையாட்டு பற்றிப் பேசத் தெரிந்தவராக பேச்சாளர் அழைக்கப்பட வேண்டும். பள்ளி மாணவர்கள் விளையாட்டு முடிந்து வீட்டுக்குப் போகும் மன நிலையில் இருப்பார்கள். பசியோடு சோர்வாக இருக்கலாம். நேரம், சூழல் அறிந்துகொண்டு பேச வருபவர் தன் பேச்சைச் சுருக்கிக் கொள்ளவோ நீட்டிக்கவோ செய்ய வேண்டும்.

நூலக விழா

வாசகர் வட்டம், நூலக வார விழா, ஆண்டு விழா என்றும் புதிய எழுத்தாளர்கள், புதிய நூல்கள் அறிமுக விழா என்றும் பல்வேறு வகையான விழாக்கள் நடத்தப்படும்.

நூல் அறிமுக விழாவில் வழக்கத்தை விடக் கூட்டம் அதிகமாக இருக்கும். நூலாசிரியர் பதிப்பகத்தார் தொடர்புடைய விருந்தினர் வந்திருப்பார்கள்.

நூலாசிரியர் பற்றி நன்கு பரிச்சயமான பேச்சாளர் இவ்விழாவுக்கு அழைக்கப்பட வேண்டும். அவருடைய பேச்சு ஒவ்வொருவரையும் சுண்டி இழுக்கும் வண்ணம் அமைய வேண்டும். நூலை எழுதியவர் புதிய எழுத்தாளராக இருந்தாலும் அறிமுகம் செய்பவர் பிரபலமாக இருந்தால் நூலைப் பற்றிய செய்தி பரவும். பிரபலமான பேச்சாளர் பேச வரும்போது பத்திரிகை, தொலைக்காட்சி செய்திகளில் இவ்விழாவைப் பற்றிய செய்தி வெளிவருவதால் அறிமுகம் எளிதாக இருக்கும். அதில் பேச்சாளரின் பங்கும் முக்கியம்.

புத்தகத் திருவிழா

தமிழகமெங்கும் மாவட்டத் தலை நகரங்களில் வருடந்தோறும் புத்தகத் திருவிழா கொண்டாடப் படுகின்றது.

உலகப் புத்தக தினமாக ‘ஏப்ரல் 23’ம் நாள் கொண்டாடப்படுகிறது. 1995 முதல் இந்த நாள் கடைப்பிடிக்கப்படுகிறது.

தமிழகத்தில் சென்னையில் ஜனவரி மாதம் பொங்கலை யொட்டி புத்தகத் திருவிழா கண்காட்சி நடத்தப்படுவது வழக்கம். இதையடுத்து ஈரோடு புத்தகத் திருவிழா அடுத்து நெய்வேலி, மதுரை, திருநெல்வேலி புத்தகத் திருவிழாக்கள் பிரபலமானவை. பத்து நாட்கள் திருவிழா ஒரு கோவில் விழா போல அரசு இயந்திரங்களுடன் மாவட்ட ஆட்சியர், வருவாய்த்துறை அதிகாரிகள், மாவட்ட மத்திய நூலகத் துறையினர் ஒத்துழைப்போடு சிறப்பாக நடத்தப்படும்.

தமிழகத்திலுள்ள தலைசிறந்த பேச்சாளர்கள் கலந்துகொண்டு பேசுவார்கள். திருப்பூர் கிருஷ்ணன், ஸ்டாலின் குணசேகரன், சுசிசிவம், நெல்லை கண்ணன், ஏர்வாடி ராதாகிருஷ்ணன், காவல்துறை அதிகாரி கலியமூர்த்தி, ஐ.ஏ.எஸ். அதிகாரி இறையன்பு, பர்வீன் சுல்தானா, திரைப்படப் பாடலாசிரியர் கவிஞர்கள் வாலி, வைரமுத்து, பழனிபாரதி, நெல்லை ஜெயந்தா இன்னும் பல தரப்புப் பேச்சாளர்கள் மாநிலம் முழுவதும் பேசுவதற்கு அழைக்கப்படுவார்கள்.

புத்தகங்கள் படிக்கும் பழக்கத்தை ஊக்குவிக்கும் விதமாகப் பேச்சுகள் விளங்க வேண்டும். புத்தகங்கள் வாசிப்பதால் ஏற்படும் நன்மைகள் குறித்த பட்டிமன்றங்கள் புத்தகத் திருவிழாவில் நெல்லை கண்ணன், சாலமன் பாப்பையா, லியோனி, அறிவொளி போன்ற அனுபவம் வாய்ந்த பேச்சாளர்களால் நிகழ்ச்சிகள் நிகழ்த்தப்படுகின்றன. மக்களுக்குப் பயனுள்ள வகையில் பேச்சுகள் திகழ வேண்டும்.

பேச்சரங்கம், வழக்காடுமன்றம், நூல் அறிமுகவிழா, கவியரங்கம், எதுவாக இருந்தாலும் பேசுபவர்களின் குறிக்கோள் புத்தகம் வாசிக்கும் பழக்கத்தை மேம்படுத்தும் நோக்கத்திலேயே இருக்க வேண்டும்.

திறப்பு விழா

பள்ளி, கல்லூரி, விளையாட்டு அரங்கம், வணிக நிறுவனம் எதுவாக இருந்தாலும் திறப்பு விழாவின் போது சிறந்த சுருக்கமான தெளிவான பேச்சு மூலம் வாழ்த்து கூறுவதாக அமைய வேண்டும்.

திறக்கவுள்ள நிறுவனம் குறித்தும் அதன் உரிமையாளரின் பெருமை குறித்தும் பேச்சாளர் அறிந்து வைத்திருக்க வேண்டும். தெரியாத விவரங்களைத் தொடர்பு உடையவர்களிடம் கேட்டுத் தெரிந்து கொண்டு பேச்சில் அதை வெளிப்படுத்துவது அவசியம். திறப்பு விழாவில் இப்போதுள்ள காலங்களில் பேச்சாளர்களுக்கு வாய்ப்பு குறைவே. புதிய இளமையான திரைப்பட நடிகைகளை அழைத்து வந்து வணிக நிறுவனங்களின் திறப்பு விழாவை நடத்துகிறார்கள். இதனால் பத்திரிகை, தொலைக்காட்சிகளில் விளம்பரமாகி விடுகிறது. பேச்சாளர் பேசுவதை விட இந்த உத்தியின் மூலம் பயன் அதிகம் என்று நம்பப்படுகிறது.

இலக்கிய விழா

இலக்கியம் குறித்த சொற்பொழிவுகள் கல்வி நிறுவனங்களில், கோவில் தளங்களில் ஏற்பாடு செய்யப்படுவதைக் காணலாம்.

கம்பன் கழகம், கண்ணதாசன் இலக்கியப் பேரவை, வெற்றித் தமிழர் பேரவை, வாலி வாசகர் வட்டம் போன்ற இலக்கிய அமைப்புகள் மூலம் இலக்கியச் சொற்பொழிவாளர்கள் பேசுவதற்கு அழைக்கப்படுவார்கள்.

கம்பன் கழகத்தில் கம்பராமாயணம் குறித்து குறைந்த பட்சம் நூறு பாடல்கள் முதல் ஐநூறு பாடல்கள் வரை மனனமாக வைத்திருக்கும் புகழ்பெற்ற சொற்பொழிவாளர் நெல்லைக் கண்ணன், சத்தியமூர்த்தி போன்றவர்கள் பேசுகிறார்கள்.

பாடல்களை இராகத்தோடு குறித்த நேரத்தில் வாசகர்களுக்குப் பிடிக்கும் வகையில் எடுத்துக் கூறுவார்கள்.

பாடல்களை இராகத்தோடு கேட்கும்போது மக்களை வெகு விரைவில் ஈர்த்துவிடும். பள்ளி, கல்லூரிகளில் நடைபெறும் இலக்கிய விழாக்களில் மாணவர்களுக்கேற்ப எளிமையாகப் புரியும் வகையில் இலக்கியத்தைப் பேசுபவர்கள் எடுத்துப் பேச வேண்டும்.

சட்டக்கல்லூரி என்றால் சட்டங்கள் குறித்த விழிப்புணர்வையும், சித்த மருத்துவக் கல்லூரியில் சித்த மருத்துவம் குறித்து விழிப்புணர்வையும் மாணவர்கள் மனதில் புரியும்படி பதிய வைக்கும் விதத்தில் பேச்சுகள் இருக்கவேண்டும்.

பிரிவு உபச்சார விழா

ஒவ்வொரு வருடமும் வேலையிலிருந்து பலர் தன் வயது மூப்பு காரணமாக ஓய்வுபெறுவார்கள். அவ்வாறு ஓய்வு பெறுபவர்களுக்கு முக்கியமாக, பிரிவு உபச்சார விழா நடத்துவது வழக்கம். சிலர் குடும்பச் சூழல், இடமாற்றம் காரணமாகப் பிரிந்து செல்வார்கள். அவர்களை வாழ்த்திப் பேசி அனுப்புவதும் உண்டு.

கல்வி நிறுவன விழா

பள்ளி, கல்லூரி விழாக்களில் நிகழ்ச்சிக்கு ஏற்ப பேச்சாளர்கள் அழைத்து வரப்பட்டு பேச வைக்கப்படுவார்கள்.

இலக்கிய மன்ற விழாக்களில் குறிப்பிட்ட பேச்சாளர்கள் அழைக்கப்படுவார்கள். கம்பராமாயணம், சிலப்பதிகாரம், சிற்றிலக்கியங்கள், காப்பியங்கள் இவற்றின் சிறப்புப் பேச்சாளர்கள் அந்தந்த இலக்கியத்தின் சிறப்பு, மொழிநடை, பாத்திரப் படைப்பு, இன்ன பிற சிறப்புகள் பற்றிக் குறிப்புகள் தயாரித்து வந்து பேசுவது நல்லது. அவர்கள் பேச்சின்வழி பாண்டித்தியம் நமக்குப் புலப்படும்.

கலை நிகழ்ச்சிகள் விழாக் காலங்களில் நிகழ்த்தப்படும். அதில் தொடங்கி வைக்க வரும் பேச்சாளர்கள் அந்தக் குறிப்பிட்ட கலை நிகழ்ச்சி பற்றி வாசகர்களுக்கு விரிவான தெளிவான செய்திகளுடன் உரையாற்ற வேண்டும்.

●●●

10. பேச்சாளர் பின்பற்ற வேண்டிய நெறிமுறைகள்

ஒவ்வொரு பணியிலும் அதற்குரிய நெறிமுறைகளைப் பின்பற்ற வேண்டும்.

நடை, உடை

பேச்சாளராக மேடையேறும் நபர் தன் நடை உடையை அதற்கேற்ப மாற்றிக் கொண்டு தன்னை முன்னிறுத்த வேண்டும். ஆன்மீகச் சொற்பொழிவாளர் பொது இடங்களில் கூட திருநீறு, உத்திராட்சம் அணிந்து காவி உடை கட்டிக் கொள்வதைப் பார்க்க முடியும். கவிஞர்கள் ஜிப்பா அணிந்து வருவதைக் காணலாம். கவிப்பேரரசு வைரமுத்துவை உதாரணம் காட்டலாம்.

பெரும்பாலும் ஆண்கள் வேஷ்டி கட்டி வருவதும், பெண்கள் சேலை கட்டி வருவதும் கலாச்சாரமாகப் பின்பற்றப்படுகிறது.

பாவனை

பேசும்போது முக பாவனைகளை மாற்றுவதும் நடக்கலாம்.

"நகையே அழுகை இளிவரல் மருட்கை
அச்சம் பெருமிதம் வெகுளி உவகை என்று
அப்பால் எட்டே மெய்ப்பா டென்ப"

(தொல். சூத். 252)

என்ற நூற்பா எண்வகை மெய்ப்பாடுகளை எடுத்துச் சொல்வதாகும்.

சிரிப்பு, அச்சம், பெருமிதம் போன்ற மெய்ப்பாடுகள் பேச்சாளரால் பெரும்பாலும் பின்பற்றப்படும் குணங்களாகும்.

ஏற்ற இறக்கம் (Modulation)

பொதுவாகப் பேசும்போது நம் உணர்வுக்கு ஏற்றபடி வார்த்தைகளில் ஏற்ற இறக்கம் தானாகச் சிலருக்கு வந்துவிடும்.

ஒரே வார்த்தை அல்லது வாக்கியம் நாம் சொல்லும் முறையிலேயே காலச் சூழலுக்கேற்பப் பொருள் கொள்ளப்படும்.

"ஏலே! எப்படி இருக்கு?" என்று சுகமில்லாமல் இருப்பவனைப் பார்த்து பெரியவர்கள் கேட்பதுண்டு.

இதே வாக்கியத்தை ஊரில் தன்னை எதிர்த்துப் பேசி வரும் ஒரு நபரைப் பார்த்து மற்றொருவர், கொஞ்சம் உச்சஸ்தாயில் கேட்டால் கோபமாகப் பேசுவதாக எடுத்துக் கொள்ளப்படும்.

"நல்லா இருப்பாய்" என்று சொன்னால் நல்லதாகவும், வாழ்த்தாகவும் பொருள் கொள்வர்.

"நல்லா இருப்பே?!" என்று கேட்பதாக இருந்தால் கெட்டதாகவும் எதிரிகள் எடுப்பார்கள்.

அரசு அறிவிப்புகளைத் தண்டோரா போட்டு அறிவிப்பவர்கள் "இதனால் சகலமானவர்களுக்கும் சொல்லப்போகும் செய்தி என்னவென்றால்..." என்று உச்சஸ்தாயியில் தொடங்குவார்.

கால அளவு

பேச்சாளர் தான் எடுத்துக்கொள்ளும் இடம், காலம், மேடை, பொருளுக்கேற்ப கால அளவைக் கைக்கொள்வது அவசியம். தேவைக்கேற்ப நீட்டியோ, அல்லது சற்று குறைத்தோ தான் கூற வரும் கருத்தைச் சொல்வதற்குக் கால அவகாசம் எடுத்துக் கொள்ள வேண்டும்.

பட்டிமன்றத்தில் நடுவரால் தரப்படும் மூன்று அல்லது நான்கு மணித்துளிகளில் தன் பங்கு வாதத்தை எடுத்து வைத்துப் பேச வேண்டும். காலம் நெருங்கும்போது நடுவரின் எச்சரிக்கை மணி ஒலித்த உடன் தன் மையக் கருத்தைச் சொல்லி முடிக்க வேண்டும்.

பள்ளி, கல்லூரிகளில் பேச்சுப் போட்டிக்கு வரும் மாணவ, மாணவிகள் நெறியாளர் கூறும் விதிகளுக்குட்பட்டு, தமக்குத் தரப்படும் மணித்துளிகளுக்குள் உரிய தகவல்களை எடுத்துரைக்கலாம். உரிய கால அவகாசத்தை மீறிப்பேசும்போது அந்த நபர்கள் பரிசுக்குரிய தகுதியை இழக்க நேரிடும்.

தேவைக்கேற்பக் கருத்துரைத்தல்

பேசும் மேடை பள்ளிக் குழந்தைகள் முன்பாகவா? கல்லூரியிலா? கிராமப்புறக் கூட்டமா? என உணர்ந்து அவையோர் யார் என்று மனதில் நிறுத்திக் கொண்டு தம் பேச்சைத் தர முன்வர வேண்டும்.

தேவைப்படும் இடங்களில் தேவைக்கு ஏற்ற அளவில் உரிய மேற்கோள்கள் கூறலாம். சின்னச் சின்னக் கதை சொல்லி எடுத்துக்காட்டு மூலம் பேசலாம். தாம் சொல்லும் கதை எதிரில் உள்ளவர்களின் மனநிலையை ஈர்ப்பதாக உள்ளதா? சலிப்பு தட்டுகிறதா என்று பேச்சாளர்தாம் அவதானிக்க வேண்டும்.

புள்ளி விவரங்களை எடுத்துச் சொல்வதாக இருந்தால் அதைத் தகுந்த இடம், தகுந்த நபர்கள் முன்பு கவனிக்கத் தகுந்த முறையில் விவரிக்கலாம். தேவையற்ற இடத்தில் புள்ளி விபரங்களை எடுத்துக் கூறுவது அனைவரின் நேரத்தையும் வீணடிப்பதாக முடியும். பயன் தராது.

சிலர் தன் கடிகாரத்தைப் பார்த்துக் கொண்டே பேசுவதை நீங்கள் பார்த்திருக்கலாம். அது அவர்கள்ஆரம்பத்திலிருந்து பின்பற்றி வந்த பழக்கமாக இருக்கும். தவறில்லை.

லேனா தமிழ்வாணன் அவர்கள் பேசும் நேரம் குறித்து ஒரு அலாரத்தில் செட்டிங் செய்து வைப்ரேஷன் மோடில் தன் சட்டைப் பையில் வைத்துக் கொள்வதாக ஒருமுறை குறிப்பிட்டுள்ளார்.

ஒலி வாங்கி

நிலையான அல்லது கை ஒலிவாங்கி தரப்படலாம். தமக்குத் தரப்படும் ஒலிவாங்கி தமது பேச்சின் ஒலி அளவை எவ்வாறு உள்வாங்கி வெளியிடுகிறது என்பதை முதல் ஓரிரு நிமிடங்களில் உணர்ந்து கொள்ளலாம். அதற்கேற்ப ஒலி வாங்கியை நகர்த்தியோ அல்லது தான் அதனருகில் நின்றோ பேச வேண்டியது இருக்கும்.

குறிப்புத்தாள்கள்

கையில் குறிப்புகள் ஏதும் இல்லாமல் பேசுவது அனுபவம் வாய்ந்த பல பேச்சாளர்களின் திறமைகளுள் ஒன்று.

அப்படிக் கையில் குறிப்புகள் வைத்திருந்தாலோ சிறு டயரி வைத்து இருந்தாலோ அதை மேடையின்முன்பு இருப்பவர்கள் கண்களில் படாமல் பார்த்துக் கொள்வது முக்கியம். புரட்டும் போது ஒலி வாங்கியில் தாள்கள் புரட்டும் ஒலி வராமல் தற்காத்துக் கொள்ள வேண்டும்.

உரிய மரியாதை

சபையறிந்து பேசுவது ஒவ்வொரு பேச்சாளரின் நாகரிகம். மேடையில் இருக்கும் பெரியவர்கள், முக்கியஸ்தர்கள் பெயர்களைக் குறிப்பிட நேரிடும்.

அவர்களுடைய வயது மூப்பு அடிப்படையிலும் தகுதி, பதவி அடிப்படையிலும் வரிசைக் கிரமமாக விளித்துப் பேசுதல் மரபு. உரிய மரியாதை கொடுத்துதான் அழைக்க வேண்டும். தனக்குத் தனிப்பட்ட முறையில்

வேண்டாதவராகக்கூட இருக்கலாம். அவரையும் சூழல் கருதி மரியாதை கொடுத்தே பேசுதல் சபை மரபு.

எதிர்பார்ப்பு

எல்லோரும் நாம் பேசுவதை நன்றாகக் கவனிக்க வேண்டும் என்ற எதிர்பார்ப்பு பேச்சாளரிடம் இருக்கலாம். அதுபோல மேடைமுன் உள்ள அவையோருக்கும் ஓர் எதிர்பார்ப்பு இருக்கும் அல்லவா?

“இவரு புதுசா தெரியறாரே?!”

“இவரு முழிக்கற முழியே சரியில்லையே”

“என்னத்த பேசப் போறாரோ? எவ்வளவு நேரம் பிளேடு போடப் போறாரோ?!”

“நேரம் போவதற்கு ஏதாவது கொஞ்ச நேரம் கேட்டு விட்டுத்தான் போவோமே?!”

இப்படி ஆளாளுக்கு ஒவ்வொருவிதமான எதிர்பார்ப்புகளைப் பேசவிருக்கும் பேச்சாளரின் மேல் வைத்திருப்பார்கள்.

‘இருக்கற ஆளுகளைப் பார்த்தால் கவனிக்கிற மாதிரி தெரியலையே?!”

“நம்மாளால இந்த ஜனங்களைச் சமாளிக்க முடியுமா?”

‘‘இவங்க எந்த மாதிரி பேசுனா நாம பேசறத கவனிப்பாங்க?!”

என்பன போன்ற எதிர்பார்ப்புகளுடன் கூடிய கேள்விகள் பேச வருபவர் மனதிலும் எழலாம்.

பேசுவோர் கேட்போர்

இரண்டு நிலையிலும் உள்ள எதிர்பார்ப்புகள் பலவற்றில் ஒருசில நிறைவேறினாலும்கூட பேச்சாளரின் பேச்சு வெற்றி பெற வாய்ப்பு உண்டு.

பேசுவதற்கு ஏற்பாடு செய்தவர்களையும் பேச்சாளர் திருப்திப்படுத்த வேண்டும். அப்போதுதான் அடுத்த முறை

இவருக்கு இந்த வாய்ப்பு மீண்டும் வழங்கப்படும். எனவே பேசுவோரும் கேட்போரும் சமனிலை பெற வேண்டும்.

தனது பேச்சை எதிரிலிருப்போர் எப்படி வரவேற்கிறார்கள் அல்லது பேச்சு எப்போது முடியும் என்ற எதிர்பார்ப்புடன்இருக்கிறார்களா என்பதை அவர்களது முகக்குறிப்பு கொண்டு அறிந்து தன் பேச்சை நீட்டிக்கவோ அல்லது விரைந்து முடிக்கவோ வேண்டும்.

இதைத்தான் வள்ளுவப் பெருந்தகை

"குறிப்பின் குறிப்புணரா ஆயின் உறுப்பினுள்
என்ன பயத்தவோ கண்."

(குறிப்பு அறிதல் குறள் 705)

என்று கூறுவார்.

எழுத்துகளின் ஒலி சரியான முறையில் ஒலிக்குமாறு பேசு.

நகன, னகர, ணகரம்; லகர; ளகர, ழகரம், ரகர, றகர ஒலி வேறுபாடு அறிந்து பேசு.

முன்னுக்குப் பின் முரண்பாடு இன்றித் தெளிவாகப் பேசு.

ஒவ்வொரு வார்த்தையாகப் பேசாமல், தயங்கித் தயங்கிப் பேசாமல், விரைவாகவும் நிதானமாகவும் பேசு.

சொல்லும் கருத்துகளைத் தெளிவாகச் சொல்லப் பயிற்சி பெறு.

வார்த்தைக்கு வார்த்தை எழுதி வைத்து குறிப்பைப் பார்த்துப் பேசாமல் இயல்பாகப் பேசு.

11. தவிர்க்கப்பட வேண்டியவை:

நல்ல திறமையான பேச்சாளராக விளங்க வேண்டுமென்றால் கடைப்பிடிக்க வேண்டிய விஷயங்கள் பல உண்டு. அதேநேரம் அதைவிட முக்கியமான, தவிர்க்கப்பட வேண்டியவை என்னென்ன என்று அறிந்துகொள்ள வேண்டும்.

மேடை அச்சம் (Stage fear)

தொடக்க காலப் பேச்சாளருக்கு மேடையில் ஏறிய உடன் தன் நெஞ்சில் ஓர் இனம்புரியாத பயம் ஏற்பட வாய்ப்பு அதிகம்.

“இவர்கள் என்ன நினைப்பார்களோ?! அவர்கள் என்ன நினைப்பார்களோ?!” என்ற கூச்ச சுபாவமே நெஞ்சில் அச்சத்தை உண்டாக்கும். இந்த ‘மேடைஅச்சம்’ காலம் செல்லச்செல்லத் தானாகச் சரியாகும்.

“நம் முன்னால் உட்கார்ந்து இருப்பவர்கள் முட்டாள்கள் என்று நினைத்துக் கொண்டு பேச வேண்டும்” என்று யாரோ சொன்னதாகச் சிலர் மேற்கோள் காட்டுவர். ஆனால், எந்த அளவு சரியாக இருக்குமோ தெரியாது! மொத்தத்தில் தன் முன்னால் இருப்பவர்களைவிட தனக்கு நிறையத் தெரியும் என்ற நம்பிக்கை பேச்சாளருக்கு ஏற்படுவது அவசியம்.

இந்த நம்பிக்கை பேச்சாளருக்கு உள்ள பயத்தைப் போக்கும்.

லாகிரி வஸ்துகள்

பொதுவாக பீடி, பொடி, மது போன்ற போதை வஸ்துகளை மனிதர்கள் தவிர்க்க வேண்டும். அதிலும் பேச்சாளர்கள் இதுமாதிரியான போதைப் பொருட்களைத் தொடாமல் இருந்தால் நல்லது. இதயம், நுரையீரல், மூச்சுக்குழாய் போன்றவற்றில் பழுது ஏற்படலாம்.

குரல் வளம் முக்கியம்; மூச்சு எடுத்து மைக் பிடித்துப் பேச வேண்டுமென்றால் நுரையீரல் பாதிக்காமலிருக்க வேண்டும். எனவே, இவற்றைப் பயன்படுத்தாமல் இருந்தால் நல்லது.

குழப்ப மனநிலை: (Mood out)

"தெளிந்த நல்லறிவு வேண்டும்" என்ற பாரதியின் வரிக்கேற்ப, தான் பேசப்போகும் விசயம் குறித்த தெளிந்த நல்லறிவோடு பேச முற்பட வேண்டும்.

குழப்பமான மனநிலையோடு மேடை ஏறினால் சரளமான பேச்சு வந்து விழாது. ஆற்றொழுக்கான சொற்பொழிவாக அமையாது. குடும்பம், செய்யும் வேலை, உடன் பணிபுரிவோர் பற்றிய பிரச்சனைகள் தன் மனதைப் பாதிக்காதவண்ணம் தற்காத்துக் கொள்வது நல்லது.

கவனக்குறைவு

சிலர் தாம் பேசவிருக்கும் கருத்தை ஒட்டிய தகவல்களைச் சேகரித்து வந்திருப்பார்கள். அவற்றை அடுக்கடுக்காக ஒன்றுவிடாமல் சொல்லிக் கொண்டிருப்பார்கள். திடீரென கவனக்குறைவாக, தம் கருத்துக்கு ஒத்துவராத சில செய்திகள் இவர்கள் பேச்சில் இடம்பெறக்கூடும்.

பட்டிமன்றத்தில் "குடும்பப் பொறுப்பை நிர்வகிப்பதில் சிறந்தவர் கணவனா? மனைவியா?" என்ற பொருள் தரப்பட்டிருக்கும். கணவன் தரப்பில் பேசுபவர் கவனக்குறைவாக மனைவி கட்சிக்கு ஆதரவாகப் பேசிவிடுவதுண்டு. இதில்

கவனம் தேவை. இதுபோன்ற கவனக்குறைவு அந்தப் பேச்சாளரின் மதிப்பைக் குறைத்துவிடும்.

தாழ்வு மனப்பான்மை: (Inferiority Complex)

பொதுவாகச் சிலருக்கு எப்போதுமே தாழ்வு மனப்பான்மை கூடவே குடிகொண்டு இருக்கும். அவர்களால் எந்த ஒரு காரியத்தையும் எளிதில் நுழைந்து எடுத்துச் செய்ய முடியாமலே போகும். குறிப்பாகப் பேச்சாளருக்கு இந்தக் குணம் இருக்கவே கூடாது. தன்னால் முடிந்தவரை தன் பங்குக்குச் செய்திகளைத் தயாரித்துக் கொண்டு மேடையேறினால், சரளமாகப் பேச வேண்டியதுதான்.

பேச்சாளர் – கேட்போர் இடையேயான இடைவெளியைக் குறைக்க முயலலாம். தாழ்வு மனப்பான்மை இருந்தால், முன்னால் இருப்பவர்களைப் பார்த்தால் தொடர்ந்து பேச முடியாமல் போகும்.

எனவே, இந்த மனப்பான்மையை அடியோடு தகர்த்தெறிந்துவிட்டு, தடைகளை உடைத்து ஒவ்வொரு பேச்சாளரும் முன்னேற்றப் பாதையில் பயணித்தால் நல்லது!

தளர்ச்சி - சோர்வு:

உடல் ஆரோக்கியமும் முக்கியம். பேசப் பேச நிறைய ஆற்றல் வெளியாகும். ஊட்டமான உணவுகள், பழ வகைகள் உட்கொள்ளலாம். பேசிப் பேசியே சோர்வடையும் வாய்ப்பும் உண்டு.

அவ்வாறு தளர்ச்சியடைந்தாலும் அதை வெளிக்காட்டக் கூடாது. தொடர்ந்து பல கூட்டங்கள் பேசியதால் சோர்வடைய நேரிடும். ஆனால் நல்ல திறமையான பேச்சாளர் தனக்கு ஏற்படும் தளர்ச்சியையோ சோர்வையோ எந்தச் சூழ்நிலையிலும் வெளிக்காட்டிவிடக் கூடாது.

பேச்சாளரிடம் தளர்ச்சி ஏற்படுவதால் பேச்சு கோர்வை இல்லாமல் போகும். வரவேற்பு குறைய வாய்ப்புண்டு. தொடர்ந்து பேசுவதற்கு வாய்ப்பு கிடைக்காமல் போகும். எனவே, பேச்சாளர் தன் குறைகளை வெளிக்காட்டக் கூடாது.

உணர்ச்சிவசப்படக் கூடாது.

"கறுப்புத் தமிழனே கலங்காதே" என்று ஒரு நூலை இ.ஜே.சுந்தர் என்பவர் எழுதியுள்ளார். இந்நூலில் தமிழர்களின் உணர்வுகளைத் தம் கட்டுரைகளில் எடுத்துக் கூறியுள்ளார்.

அதில் ஒரு கட்டுரை 'உணர்ச்சிவசப்படும் தமிழன்' என்ற தலைப்பில் அமைந்துள்ளது. தமிழன் எளிதில் உணர்ச்சிவசப்படக் கூடியவன் என்று பல்வேறு உதாரணங்களைக் காட்டி விளக்கியிருப்பார்.

பேச்சாளருக்கு உணர்ச்சிவசப்படும் சூழல் ஏற்படும். கவனமாக இருக்க வேண்டும். உணர்ச்சிவசப்படும்போது வார்த்தைகளைத் தவறவிடக் கூடாது. உணர்ச்சிவசப்படுவதால் பேச்சாளருக்குத்தான் இழப்பு ஏற்படும். எனவே இந்தக் குணத்தையும் தவிர்க்க வேண்டும்.

கறார் தன்மை

"இவரு சரியான கறார் பேர்வழி" என்பார்கள். சொன்ன விஷயத்திலிருந்து மாறாமல் இருப்பவர் ஒரு வகை. தான் சொல்வது சரியோ தவறோ அதில் பிடிவாதமாக இருப்பவர் வேறு ரகம்.

சிலர் மட்டுமே சரியாகப் பேசி, சரியாக நடந்து கொள்வார்கள். அவரே கறார் பேர்வழி.

பேச்சாளர்கள் தன்னைப் பேச அழைப்பவர்களுடன் காசு விசயத்தில் கறாராக இருப்பவர்கள் உண்டு. நல்ல பெயர் வாங்கிப் பிரபலமான பிறகு கறாராக இருக்கலாம். தவறு இல்லை. வளர்ந்து வரும் காலக்கட்டத்தில் அப்படி இருந்தால் வாய்ப்புகள் கிடைக்காமல் போகும்.

மங்கல, அமங்கல மொழிகள்

சுபவார்த்தைகள் மங்கலமொழி என்று அழைக்கப்படும். சில வார்த்தைகள் தவிர்க்கப்பட வேண்டும். சபை நாகரிகம் கருதி, சில வார்த்தைகள் பேசவே கூடாதவையாகக் கருதப்படுவன.

பொதுவாக எந்த ஓர் அமங்கலச் சொல்லையும் எந்தச் சூழ்நிலையிலும் பேச்சாளர் பயன்படுத்தவே கூடாது. இதில் பேச்சாளர் கண்ணும் கருத்துமாக இருக்க வேண்டும். சாதாரணமாக வீட்டிலேயே மங்கலமல்லாத மொழியைப் பேசும்போது மற்றவருக்கு அருவருப்பை ஏற்படுத்துவதாக ஆகலாம்.

கிராமங்களிலும் நகரங்களிலும் வீட்டில் பெண்கள் மாலையில் விளக்கு ஏற்றி விடுவார்கள். அந்த விளக்கை அணைக்க வேண்டிய பொழுது அணைத்துவிடு என்று சொல்லமாட்டார்கள். விளக்கை ‘ஒசத்தி விடு’ என்றோ ‘விளக்கை குளிர்வித்துவிடு’ என்றோ கூறுவார்கள். முடியாது, கூடாது, ஆகாது, இல்லை போன்ற எதிர்மறைச் சொற்களைப் பெரியோர்கள் பயன்படுத்துவது இல்லை.

பேச்சாளர்கள் மங்கலமான சொற்களைப் பயன்படுத்து கிறார்களோ இல்லையோ அமங்கலச் சொற்களைப் பயன்படுத்தாமல் பேசவேண்டும்.

> ➢ பேசுவது இயற்கையான தேவையான விரைவுடன் கூடியதாக இருக்க வேண்டும்.
>
> ➢ மிகவும் நிதானமாகப் பேசினால் கேட்பவர்களுக்கு சலிப்பும் களைப்பும் ஏற்படும்.
>
> ➢ மிகவும் விரைவாகப் பேசினால் கேட்பவருக்குக் கருத்து புரியாது.
>
> ➢ கைகளைக் கட்டிக் கொண்டோ அல்லது கைகளைப் பிசைந்து கொண்டோ பேசக் கூடாது.
>
> ➢ பேச்சில் எந்த அளவு நியாயம் உள்ளதோ அந்த அளவுக்கு பேசுபவரின் மதிப்பு உயரும்.

●●●

12. பேச்சாளருக்கு ஏற்படும் பிரச்சனைகள்

சுவர் இருந்தால்தான் சித்திரம் வரைய முடியும் என்பார்கள். முதலில் பேச்சாளர் தன் உடலை ஆரோக்கியமாக வைத்திருக்க வேண்டும். சரியான நேரத்தில் சரிவிகித உணவை உண்டு சரியான நேரத்தில் தூங்கி எழ வேண்டும். கூட்டத்திற்கு போய்விட்டு வர இரவு தாமதமாகலாம். வெளியூர் போய்வந்தால் மறுநாள் அதற்கு ஏற்ப ஓய்வு எடுத்து உடலைச் சமனிலைப்படுத்த வேண்டும்.

குரல்வளம்

பெரும்பாலும் குளிர்ந்த பானங்கள், ஐஸ்கிரீம் போன்றவற்றைத் தவிர்ப்பது நல்லது. பேச்சாளருக்கு குரல்வளம் மிக முக்கியமான ஒன்று. கீச்சுக் குரல், கரகரத்த குரல், கணீரென்ற குரல் என்றதும் நமக்கு ஒவ்வொருவர் நினைவுக்கு வருவார்கள்.

மேடையில் பேசுபவர்களுக்குக் குடிதண்ணீர் வைப்பது வழக்கம். சோடா பாட்டில்களும் மேடையில் வைப்பதாக பழைய சினிமாக்களில் காட்டுவார்கள்.

போக்குவரத்து

கூட்டம் நடைபெறும் இடத்திற்குப்போக, தன்னிடம் உள்ள வாகனத்தில் சிலர் செல்வதுண்டு. சிலருக்குத் தனியே

வாகனம் ஏற்பாடு செய்யப்படும். தன்னுடைய வாகனத்தைப் பேணி வைத்திருக்க வேண்டும். எதிர்பாராத பழுது ஏற்பட்டால் கூட, கூட்டத்திற்குச் செல்வதில் காலதாமதம் ஏற்படும்.

போட்டி

சிலருக்கு அவர்கள் திறமையும் மக்கள் மத்தியில் உள்ள செல்வாக்கும் பேசுவதற்குப் பல மேடை வாய்ப்புகளைப் பெற்றுத்தரும். சிலருக்கு முதலில் வாய்ப்புகளைத் தேடித்தான் போக வேண்டியிருக்கும். அதிலும் சிலர் நிலைய வித்வான்களாக இருப்பார்கள். மற்றவர்களுக்கு இடம் கொடுக்கவே மாட்டார்கள்.

பேச்சாளர்களுக்கிடையே போட்டி நிலவும். அது ஆரோக்கியமான போட்டியாக இருக்க வேண்டும். அப்போதுதான் அந்தத் துறையில் தொடர்ந்து பரிணமிக்கவும் பெயர் வாங்கவும் முடியும்.

பேச்சின்போது குறுக்கீடுகள்

பேசிக்கொண்டிருக்கும்போதே கூட்டத்திலிருந்து யாராவது சப்தமாக பேச்சாளரிடம் கேள்வி எழுப்புவார்கள். அதற்குக் கோபப்படாமல் சாதுர்யமாகப் பதில் சொல்ல வேண்டும்.

பட்டிமன்றம் பேசுவோரிடம்கூட இதுமாதிரி இடையிடையே "ஓங்களுக்கு இதுமாதிரி நடந்தா என்ன பண்ணுவீங்க" என்று கேட்பார்கள்.

அலைபேசி

மைக்கில் பேசும்போது அவருடைய அலைபேசி ஏதாவது காலர் டியூனில் ஒலிக்கும். இது சபையில் ஒரு சிரிப்பலையை உண்டு பண்ணலாம். உடனே அதனை நிறுத்த முடியாமல் தவிப்போரையும் பார்க்க முடியும்.

பேசுவதற்கு முன் அலைப்பேசியை நிறுத்தி வைக்க வேண்டும். சிலர் அமைதிப்படுத்தி (silent mode) வைத்து தான் பேசி முடித்த பின் முக்கியமான அழைப்பு ஏதேனும் வந்துள்ளதா என்று பார்த்து அவசியம் ஏற்பட்டால் பேசுவர்.

மின்தடை:

இந்தக் காலத்தில் அதற்கு வாய்ப்பு குறைவு. ஜெனரேட்டர் வைத்து விடுவார்கள். பேசிக்கொண்டிருக்கும்போது திடீரென எதிர்பாராத விதமாக மின்தடை ஏற்படலாம். அவ்வாறு ஏற்படும்போது பேசுவதை நிறுத்தக்கூடாது. மைக்கைவிட்டு விலகி நின்று மேடையின் மத்திய பகுதிக்கு வந்து கொஞ்சம் சப்தமாகத் தொடர்ந்து பேச வேண்டும்.

குறிப்புகள்

சிலர் குறிப்புகள் வைத்துக் கொண்டு பேசுவார்கள். அந்தக் குறிப்புத் தாள்களை மேடையில் சீராக அடுக்கி விரித்துக் கொள்ள வேண்டும். தாள்களைத் திருப்பும் ஒலி மைக்கில் கேட்காமல் பார்த்துக் கொள்வது நல்லது. பறந்து விடாமலும் பார்த்துக் கொள்ள வேண்டும். குறிப்புகள் தவறி விட்டாலும் வேறு செய்திகளை இது தொடர்பான பேசிச் சமாளிக்கும் திறமையை வளர்த்துக் கொள்வது அவசியம்.

அவையில் சலசலப்பு

அவ்வப்போது அவையில் சலசலப்பு ஏற்படும். அதை உற்றுக் கவனிக்க வேண்டும். தன் பேச்சில் தொய்வு ஏற்படுவதால்தான் இதுமாதிரி சலசலப்பு ஏற்படுகிறது என்று தெரிந்தால் தன் பேச்சைச் சுருக்கவோ கலகலப்பூட்டவோ செய்து பேச்சின் போக்கைச் சரி செய்ய முயல வேண்டும்.

விழாவுக்கு அல்லது நிகழ்ச்சிக்கு முக்கியமான சிறப்பு விருந்தினரின் தாமதமான வருகைகூட கூட்டத்தின் கவனத்தைக் கலைத்துத் திசை திருப்புவது கூடும். அந்தச் சூழலைப் புரிந்து கொள்வது பேச்சாளரின் புத்திசாலித்தனம்.

இவ்வாறு இன்னும் பல்வேறு காரணிகளால் பேச்சாளருக்குத் தான் பிரச்சனைகள் ஏற்பட வாய்ப்பு அதிகம். இதையெல்லாம் சமாளித்தால்தான் சிறந்த பேச்சாளராகப் பெயர் பெற முடியும்.

●●●

13. பேச்சும் அதன் மொழிக்கூறுகளும்

ஒவ்வொரு மொழியும் மொழிக்குடும்பமாக விளங்குகின்றது. மொழிக்கென்று சில மூலக்கூறுகள் இருக்கும். அவ்வகையில் மேடைப் பேச்சுமொழி என்பது தனி ரகம். அந்த மேடைப்பேச்சு மொழி மூன்று கூறுகளோடு விளங்குகின்றது.

1. எடுத்தல் (தொடங்குதல்)
2. தொடுத்தல்
3. முடித்தல்

இவை மூன்றும் ஒவ்வொரு மேடைப்பேச்சாளனும் கவனத்திற்கொள்ள வேண்டிய அம்சங்களாகும்.

மேடைப் பேச்சு என்பது பூமாலை போன்றது. பூக்களைக் கவனமாகத் தேர்ந்து எடுக்க வேண்டும். அவ்வாறு தேர்ந்தெடுக்கப்பட்ட மலர்களை வகை பிரிக்க வேண்டும். வகை பிரித்த மலர்களை மணபேதம் நிறபேதம் உணர்ந்து நிரல்பட மாலையாகத் தொடுக்கப்படுவது இயல்பு.

மேடைப்பேச்சு என்ற மாலையைத் தொடுக்கும்போது இடையிடையே மணம் மிகுந்த வார்த்தைகளும் குணம் மிகுந்த கருத்துகளும் பிணைந்து இணைந்து தொடுத்துக் கட்டுவதே தொடுத்தல் என்பதாம்.

இந்தத் தொடுத்தல் என்பது நிகழும்போது தெளிவு, தொடர்பு, மேற்கோள், புள்ளி விபரங்கள் என்பன கவனிக்கப்பட வேண்டும். மேடைப்பேச்சு தொடக்கம் முதல் முடித்தல் வரையில் எல்லாப் பாகங்களும் தெளிவாகவும்; ஒன்றுக்கொன்று தொடர்பு கொண்டனவாகவும்; இடையிடையே மேற்கோள்கள் உள்ளடக்கியும்; தேவைப்படும் இடங்களில் புள்ளி விபரங்களோடும் அமைய வேண்டும்.

ஒரு தலைப்பினை எடுத்துக் கொண்டால் அதன் வரம்பிலிருந்து வேறு பேச்சுக்கோ வேறு தலைப்பிற்கோ எக்காரணத்தை முன்னிட்டும் பாயலாகாது. தொடக்கத்திலிருந்து தொடுக்கும் பேச்சு உரிய விளக்க முறையில் தொடர்ந்து செல்ல வேண்டும். சபையோரைப் பேச்சாளர் இழுத்துத் தன்னுடன் அழைத்துச் செல்ல வேண்டும்.

குழந்தை பேசத் தொடங்குதல்

குழந்தை பிறந்த ஆறுமாதம் முதல் 'ங்ங்' 'ங்க்' என்று சிரித்துக் கொண்டே பேசத் தொடங்கும். பத்து மாதத்தில் 'அம்மா' 'அப்பா' எனச் சொல்லிப் பழக்குவார்கள்.

கூட்டுக் குடும்பத்தில் அம்மா, அப்பா, தாத்தா, பாட்டி, மாமா, மாமி, அத்தை என்று ஒரு திருவிழாக் கூட்டமே வீட்டில் இருக்கும். ஆளாளுக்குப் பிள்ளையை எடுத்துக் கொஞ்சும்போது பேச்சு கொடுப்பார்கள்.

சித்திரமும் கைப்பழக்கம்
செந்தமிழும் நாப் பழக்கம்

என்ற முதுமொழிக்கேற்பப் பேசப் பேசத்தான் பேச்சு வரும்.

குழந்தைகளுக்குப் பேச்சு வரத் தாமதமாகிறது என்று கடவுளிடம் வேண்டுதல்கள் செய்வார்கள் பெற்றோர்கள்.

"கடவுளே என் பிள்ளை நல்லா பேச வேண்டும்" என்று ஐயப்பன் கோயிலுக்கு வேண்டிக்கொண்டு மணி எடுத்து போடுவார்கள். மணியின் நாக்கு ஆடி சப்தம் எழுப்புவதுபோல பிள்ளையின் நாக்கு பேசும் என்ற நம்பிக்கை இது.

ஐயப்பன் கோவிலுக்கு 'கட்டு கட்டி' விரதமிருந்து செல்வார்கள், பக்தர்கள் அவர்கள் கொண்டு செல்லும் 'இருமுடி'யில் நெய்த்தேங்காய் இருக்கும்.

பேச்சுவராத பிள்ளைகளின் பெற்றோர்கள் விரதமிருந்து இதைச் செய்யலாம் அல்லது வேறு ஐயப்ப பக்தர்கள் மலைக்குப் போகும்போது அவர்கள் கொண்டு செல்லும் நெய்த்தேங்காயில் தங்கள் வேண்டுதலைச் செய்யலாம்.

தேங்காயில் ஒரு கண்ணில் ஓட்டை போட்டு அதன் வழியே நெய் ஊற்றி அடைப்பார்கள். இதுவே நெய்த் தேங்காய். பேச்சுவராத பிள்ளைகளின் கைகளால் ஒரு தேங்காயில் நெய் அடைத்து அதை இருமுடியில் வைத்து அந்த ஐயப்ப பக்தரிடம் கொடுத்துவிடுவது வழக்கம். மூன்று முறை இதுமாதிரி நெய்த்தேங்காய் கொடுத்துவிடுவார்கள். இரண்டாவது முறையிலேயே பிள்ளை பேசத் தொடங்கிவிடும்.

அதைப்போல பேசத் தொடங்கிய பிள்ளை மிகவும் புத்திசாலித்தனமாக வழக்கத்தைவிட அதிகமாகப் பேசும். "ஒரு தேங்காயில் நெய் குறைவாக அடைத்து இருக்க வேண்டும். இந்தப் பேச்சு பேசுதேப்பா" என்று கேலி செய்வார்கள்.

பள்ளிவாசலுக்கு வேண்டிக்கொண்டு காணிக்கை செலுத்துவார்கள். அதேபோல பேச்சு வரவேண்டும் என்று கிறித்தவ மதபோதகர்களிடம் எழுதிக் கொடுத்து பிரார்த்தனையில் வைப்பார்கள்.

பேச்சைத் தொடங்குதல்

எந்த ஒரு காரியத்தையும் நல்லநேரம் பார்த்து நல்ல பயிற்சி எடுத்துக்கொண்டு கடவுளை வேண்டிக் கொண்டு தொடங்குவது மனிதர்கள் இயல்பு.

பேச்சை எவ்வாறு தொடங்க வேண்டும்? என்று சில நடைமுறைகள் இடத்துக்கேற்ப பின்பற்றப்படுவதைக் காணலாம்.

வணக்கம் சொல்லித் தொடங்குதல்

தமிழர் பண்பாடு பழக்கவழக்கத்தின்படி வணக்கம் சொல்லித் தொடங்குதல் மரபு. அனைவருக்கும் வணக்கம்.

''எல்லாம் வல்ல இறைவனை வணங்கித் தொடங்குகிறேன்"

"அன்பு மாணவ மாணவிகளே! ஆசிரியப் பெருமக்களே" என இடத்துக்கேற்ப காலத்துக்கேற்ப சபையோருக்கு ஏற்ப வணக்கம் சொல்வார்கள். எந்தப் புத்தகத்தை எடுத்தாலும் சுவாமி விவேகானந்தர் சிகாகோ மாநாட்டில் "சகோதர சகோதரிகளே!" என்று பேசத் தொடங்கியதைக் குறிப்பிடாமல் இருக்கமாட்டார்கள்.

ஒரு தொலைபேசியில் பேசத் தொடங்கினால்கூட 'வணக்கம் ஹரிஹரன்' என்று சொல்லித்தான் பேசத் தொடங்குவேன் நான்.

இந்த வழக்கம் திருச்சி மாலைமலரில் வேலை பார்க்கும்போது ஏற்பட்டது.

''வணக்கம் மாலைமலர்'' என்று சொல்லிப் பேசத் தொடங்க வேண்டும். அதுதான் அலுவலக நடைமுறை.

பேச்சாளர்கள் பேசத் தொடங்குதல்

அறிஞர் அண்ணா,

டாக்டர் கலைஞர் "என் உயிரினும் மேலான கழக உடன்பிறப்புகளே!" என்றும்,

டாக்டர் எம்.ஜி.ஆர் "என் இரத்தத்தின் இரத்தமான உடன்பிறப்புகளே" என்றும்,

செல்வி ஜெயலலிதா "புரட்சித் தலைவரின் இரத்தத்தின் இரத்தமான உடன் பிறப்புகளே" என்றும் தொடங்குவர்.

மேடையில் தோன்றி இவ்வாறு இவர்கள் பேசத் தொடங்கியதும் எழுகின்ற கைதட்டல்கள் அடங்க அதிக நேரம் பிடிக்கும்.

பேச்சாளர் நாம் பேசவுள்ள மேடை பட்டிமன்றமா? அரசியல்களமா? வழக்காடு மன்றமா? சொற்பொழிவா? விளையாட்டு விழாவா? திருமண வைபவமா? என்பதை மனதில் வைத்துக் கொண்டு மேடையில் உள்ளவர்களின் பெயரைச் சொல்லி வணக்கம் சொல்ல வேண்டும்.

அரசியல் மேடை என்றால் மைக் செட்காரர் பெயரைக்கூட விடக் கூடாது! தலைவர் அவர்களே! முன்னிலை வகிக்கும்.... அவர்களே! என்று ஒருவர்விடாமல் கூட்ட நிகழ்ச்சி நிரலில் உள்ள பெயர்களைக் குறிப்பிட்டு வணக்கமும் நன்றியும் சொல்ல வேண்டுமென எதிர்பார்ப்பார்கள். இதில் அழைப்பிதழில் பெயர் இருக்கும். கூட்டத்திற்கு வந்திருக்கமாட்டார். அவர் பெயரைக்கூட விட்டுவிடக்கூடாது. பெரிய பிரச்சனை ஆகிப்போகும்.

கூட்டத்தின் முடிவில் நன்றி உரை கூற வருபவர் அனைவருக்கும் நன்றி தெரிவிப்பதுடன் ஒலி, ஒளி அமைப்பாளர், செய்தி, ஊடகத்துறையினருக்கும் நன்றி கூற வேண்டும்.

பட்டிமன்றம் வழக்காடு மன்றங்களில் தான் கூற வந்த தலைப்பு பற்றி விரிவாக நடுவர் மட்டும் பேசுவார். இரண்டு தரப்பிலும் பேச வருபவர்கள்தான் பேச வந்த தலைப்பு மட்டும் சொல்லிப் பேசத் தொடங்க வேண்டும். எல்லோருக்கும் சிறப்பு வணக்கம் சொல்வது நேர விரயம் ஏற்படாமல் தடுக்கும்..

சொற்பொழிவு ஆற்றுபவர் தான் பேசும் கூட்டத் தலைவர் மற்றும் தன்னை இந்த நிகழ்ச்சிக்கு ஏற்பாடு செய்தவர், நிகழ்ச்சி அமைப்பாளர் பற்றிக் கூறி வணக்கம் கூறுவார்.

திருமுருக கிருபானந்தவாரியார் சுவாமி, புலவர் கீரன், குன்றக்குடி அடிகளார் போன்ற ஆன்மீகச் சொற்பொழிவாளர்கள், தெய்வங்கள் பெயரைச் சொல்லி இறைவணக்கம் பாடிய பிறகே பேசத் தொடங்குவார்கள். அவர்கள் மேடை அத்தகையது. கோயில்களில் உள்ள அரங்கத்தில் சொற்பொழிவு நடக்கும். பெரும்பாலும் பக்தர்கள் மட்டுமே அவையோராக இருப்பார்கள்.

தொடுத்தல்

பேச்சைத் தொடங்கியபின் தன் முன் உள்ள சபையோரை அகலவிடாமல் செய்து தொடர்ந்து தான் பேசுவதன்மூலம் பேச்சாளர் வெற்றி பெறுவார். அவ்வாறு தொடர்ந்து பேசுவதற்கு ஒரு பயிற்சியுடன் கூடிய முயற்சி வேண்டும்.

'சம்பந்தா சம்பந்தமில்லாமல் பேசுறானே' என்று நினைத்து விடக்கூடாது. அப்படியானால் இரண்டு விஷயங்கள் கவனிக்கப்பட வேண்டும்.

1. பேச்சுத் தொடர்பு

2. கருத்துத் தொடர்பு

'தொடர்பு' என்பது சங்கிலித்தொடர் போல ஒன்றைத் தழுவி மற்றொன்று இருத்தல் என்ற பொருள்படும். எழுத்துக்களின் தொடர்பு மொழி அல்லது வார்த்தை. வார்த்தைகளில் தொடர்ச்சி வாக்கியம். வாக்கியங்களின் தொடர்ச்சிதான் 'பேச்சு' என்பது. இத்தகைய பேச்சு ஒன்றுக்கொன்று தொடர்புடையதாக அமைவதுதான் 'பேச்சுத்தொடர்பு'. பேசும்போது சொற்றொடரில் வார்த்தைகள் ஆய்ந்து எடுக்கப்பட்டு தக்கவாறு பொருளறிந்து உபயோகிக்கப்படுத்தும்போது பேச்சுத்தொடர்பு அருமையாக அமையும்.

பேச்சை முடித்தல்

குறித்த கால அளவில் பேச்சாளர் தன் பேச்சை முடிக்க வேண்டும். எடுத்துத் தொடுத்துப் பேசிக் கொண்டே வரும்போது திடீரென்று முடிக்கக்கூடாது. பார்வையாளருக்கு 'சப்'பென்று ஆகிப்போகும்.

தான் பேசவுள்ள காலத்தைக் கணக்கில் கொண்டு இறுதி இரண்டு மணித்துளிகளில் தான் கூறி வந்த கருத்துகளின் சுருக்கத்தைத் தொகுத்துக் கூறி முடித்தல் நலம். நடமாடும் பல்கலைக்கழகம் என்று போற்றப்பட்ட நாவலர் தம் மேடைப் பேச்சை நிறைவு செய்யும்போது 'எங்கள் வாழ்வும் எங்கள் வளமும் மங்காத தமிழென்று சங்கே முழங்கு' என்று கூறி முடிப்பார். தேசப் பற்றாளர்கள் 'ஜெய்ஹிந்த்' என்று கூறி முடிப்பது வழக்கம்.

''போராட்டக் காலங்களில் முடிப்புரைதான் வெறியூட்டுவதாக அமையும். செயல்படத் தூண்டுவதாக அமையும்'' என்பார் குமரி அனந்தன் அவர்கள்.

ஐந்து வகையான முடிக்கும் முறைகள் உள்ளன.

1. கருத்துகளின் சுருக்கத்தைக் கூறி முடித்தல்.

2. பொருத்தமான கவிதை கூறி முடித்தல்.

3. பாராட்டி முடித்தல்.

4. உணர்ச்சியைத் தூண்டி முடித்தல்.

5. வாழ்த்தி முடித்தல்.

சிறந்த பேச்சாளர் எப்படி முடித்தாலும் அது சிறப்பாகவே முடியும்.

கவலையோ பதற்றமோ இன்றிப் பேசுங்கள். தவறுதலாகப் பேசி விடுவோமோ, பார்வையாளர்கள் குதர்க்கமாக ஏதாவது சொல்லி விடுவார்களோ என்ற பயமே கவலைக்குக் காரணம்.

பார்வையாளர்கள் ஒவ்வொரு பேச்சையும் நல்ல எண்ணத்தோடுதான் கேட்கிறார்கள் என்கிறார் சிறந்த பேச்சாளரும் பயிற்சியாளருமான லெனி லங்காவ்ஸ்கி.

14. பேச்சு வகைகள்

பேச்சுகளை அறிஞர்கள் பலர் பலவாறு வகைப்படுத்தி விளக்குகின்றனர்

'சாதனை படைக்கும் சிந்தனையாளர்கள்' என்ற நூலில் பெ.வேலுச்சாமி என்ற கட்டுரையாளர் 'அன்பாகப் பேசுவோம்' என்ற பொருளில் ஒரு கட்டுரை எழுதியுள்ளார். அதில் வரும் செய்திகளாவது:

நாவைக் கட்டுப்படுத்த வேண்டியது மானிடராகப் பிறந்த ஒவ்வொருவரின் கடமையாகும். 'நரம்பிலா நாக்கு அப்படியும் பேசும், இப்படியும் பேசும்' என்பது ஒருவரின் நேர்மையிலாத தன்மையைச் சுட்டிக்காட்ட அனைவரும் பயன்படுத்தும் பழமொழி ஆகும். பேச்சின் தனித்தன்மை, திறமையைப் பொறுத்து பலவகைப்படுத்தலாம். அவை முறையே அன்புப் பேச்சு, அமைதிப் பேச்சு, அவமானப் பேச்சு, அறிவுப்பேச்சு, ஆலோசனைப் பேச்சு. கண்டனப்பேச்சு, ஏளனப்பேச்சு, கோபப்பேச்சு, நிதானப்பேச்சு, நையாண்டிப்பேச்சு, நக்கல் பேச்சு, மழலைப்பேச்சு, மகிழ்ச்சிப் பேச்சு மற்றும் வாழ்த்துப்பேச்சு என்று பலவகைகள் உண்டு. எப்போதும் மகிழ்ச்சியாக இருப்பதற்கு அன்புடன் பேசுங்கள். அது உங்களுடன் இணங்க இருப்பதற்கு ஒப்பாகும் என்று பெ. வேலுச்சாமி குறிப்பிடுவார்.

புத்திசாலித்தனமான பேச்சு

ஜெர்மானிய அறிஞர் மாக்ஸ்முல்லர் விக்டோரியா பேரரசிக்கு எழுதிய கடிதத்தில் "அறம் சார்ந்த வாழ்க்கை முறையை அறிய உலகம் இந்தியாவின் பக்கம் திரும்ப வேண்டும்" என்று எழுதியிருந்தாராம்.

"இன்றும் வாழ்கின்ற பண்பாடு இந்தியாவில் மட்டுமே இருக்கின்றது" என்றார் தத்துவவாதி வில்டியூராண்ட் என்ற எழுத்துலகமேதை. நம் பாரதத்தின் பண்பாடு உன்னதப் பண்பாடு. அதற்குப் பேராசிரியர் க.இராமச்சந்திரன் என்பார் ஒரு சம்பவத்தை எடுத்துக் கூறுவார்.

பிரிட்டிஷ் பிரதமர் சர்ச்சில் இந்தியத் தத்துவ மேதை ராதாகிருஷ்ணனுக்கு விருந்தளித்தார். கரண்டியைத் தவிர்த்து கைகளால் சாப்பிட்டார் ராதாகிருஷ்ணன். இதைப் பார்த்த சர்ச்சில், "இந்தியர்களுக்குச் சுத்தம் பற்றிய பிரக்ஞையே கிடையாது. நாங்கள் கைகளால் சாப்பிடாமல் கரண்டியால் சாப்பிடுகிறோம்" என்று ஏளனமாகப் பேசியிருக்கிறார்.

அதற்குப் பதிலடி தரும் விதத்தில் ராதாகிருஷ்ணன், "நீங்கள் சாப்பிட்ட கரண்டியில் அடுத்தவர் சாப்பிட முடியும். ஆனால், என் கையால் வேறொருவர் சாப்பிட முடியாது. சுத்தம் பற்றிய தெளிவு எங்களுக்கும் அதிகம் இருப்பதால்தான் நாங்கள் அவரவர் கையால் சாப்பிடுகிறோம்" என்றாராம்.

காலமும் இடமும்

''நேரமும் அலையும் யாருக்காகவும் காத்திருப்பதில்லை'' என்பதை ஆங்கிலத்தில் 'Time and tide waits for none' என்று கூறுவார்கள். இதற்கேற்ப தக்க நேரம் பார்த்து காயை நகர்த்தி காரியத்தைச் செயல்படுத்த வேண்டும். என்னதான் ஆங்கிலப் பழமொழி ஆயிரம் இருந்தாலும் நம் நாட்டுத் திருக்குறளில் இல்லாத கருத்தை எதையும் அவர்கள் கூறமுடியாது.

"ஞாலம் கருதினும் கைகூடும் காலம்
கருதி இடத்தாற் செயின்" (காலம் அறிதல் - குறள் 484)

தக்க இடத்தையும், காலத்தையும் தேர்ந்தெடுத்து செயல்பட்டோமாயின் உலகத்தையே கூட வெல்ல முடியும் என்பது குறட்கருத்து.

அதுபோல, பேச்சாளர் என்பவர் குறித்த காலம் இடம் கருதி தன் பேச்சு என்ற ஆயுதத்தைப் பயன்படுத்த வேண்டும். அப்பொழுது அந்தப் பேச்சும் பேச்சாளனும் வெற்றி பெறுவது உறுதி.

"இவன் நேரம் காலம் தெரியாமல் பேசிக்கிட்டு இருக்கான் பாரு" என்று பேச்சு வழக்கில் கூறுவதைக் கேட்கலாம்.

சாதாரணமாக நாம் அப்பாவிடம் செலவுக்குப் பணம் வாங்க வேண்டும் என்றால்கூட அவருடைய மனநிலை, கால, நேரம் பார்த்துதான் பேச வேண்டும்.

பொதுவாக ஒருவர் வெளியே கிளம்பும்போது பணம் கேட்டால் சிலருக்குப் பிடிக்காது. சிலர் சமயோசிதமாக அம்மாவிடம் முதல் நாளே சொல்லி அவங்க மூலம் கேட்டுப் பெறுவது ஒரு உத்தி ஆகும்.

அதுபோல, நாம் பேசுவதைக் கேட்டுக் கொண்டிருப்பவர்கள் மனநிலை, நாம் பேசிக் கொண்டிருக்கும் காலம் ஆகியன அறிந்து பேச வேண்டும். கூட்டம் முடியும் தருவாயாக இருந்தால் சுருக்கமாக விரைவில் பேச்சாளர் தன் உரையை முடிக்க வேண்டும். தேவையில்லாமல் நீட்டித்துக் கொண்டிருக்கக் கூடாது. கேட்பவர்களுக்குச் சலிப்பை உண்டாக்கும். இருப்பவர்கள் புறப்பட்டு விடுவார்கள். கூட்டம் குறையத் தொடங்கும். பேச்சாளருக்கே இது அவமானமாகப் போய்விடும்.

பேச்சாளர் செய்யத்தக்கன; தகாதன :

மேடையில் பேசும் பேச்சாளர் என்னென்ன செய்யத் தக்கன? என்னென்ன செயல்கள் செய்யத்தகாதன? அதாவது செய்யக் கூடியவை எவை, செய்யக்கூடாதவை எவை என்று கருத்திற் கொள்வது அவசியம்.

மொத்த சபையையும் நோக்கிப் பேச வேண்டும். ஒரு புறத்திலுள்ளோரையோ நடுவில் உள்ளவர்களையோ மட்டும் பார்த்துப் பேசக்கூடாது. வலப்புறம், இடப்புறம் திரும்பிப் பார்த்துப் பேச வேண்டி வந்தால் குரலைச் சற்று உயர்த்திப் பேச வேண்டும். சபைக்கு முதுகைக் காட்டுதல் நல்ல செயல் அல்ல.

மேடையில் பேசும்போது, தனக்குள் தனியாக ஏதாவது முணுமுணுக்கக் கூடாது. ஒரேயடியாகக் கூச்சலிட்டுப் பேசுவது சபையோர் அனைவருக்கும் பிடிக்கும் என்று கருத முடியாது. சிலருக்கு இந்தப் பேச்சும் பெரும் சப்தமும் சலிப்பையும் சில நேரம் வெறுப்பையும் உண்டுபண்ணும். எனவே, தேவையான நேரத்தில், தேவையான இடத்தில் குரலை உயர்த்தி, தாழ்த்தி ஏற்ற இறக்கத்துடன் பேசினால் சபையோர் அனைவரும் இரசித்துக் கேட்பார்கள்.

"நீட்டோலை வாசியா நெடுமரமாய் நின்றான்"

என்பது போல நிற்காமல் உயிருள்ள மனிதனைப்போலச் செயல்பட வேண்டும். கைகால்களை உயர்த்தித் தாழ்த்தி திரும்பி, சிரித்துப் பேசி சபையோரைக் கவரலாம்.

உணர்ச்சி வேகம், அவ்வப்போது எழுகின்ற கோபம், அவற்றால் உருவாகும் சுடுசொற்களை அறவே தவிர்ப்பது நலம். அவசியம் ஏற்படும் பட்சத்தில் அவையோரை அவமானப்படுத்தாதவாறு பேசுதல் அவசியம்.

கிராமத்துப் பாமர மக்கள் நிறைந்த சபையில் அவர்கள் தகுதிக்கு மீறிப் பேசலாகாது. சபையோரின் அறியாமைக்கு மதிப்புக் கொடுத்துப் பேச்சு அமைய வேண்டும். மரபு மீறக்கூடாது.

சபையோர் கைதட்டாவிடில் பேச்சாளர் மனமொடிந்து போகலாகாது. சில இடங்களில் அமைதியாகப் பேச்சைக் கேட்பார்கள். அதுவே சபையோரை அமைதிப்படுத்திய சிறந்த பேச்சாகும். நாடக மேடைபோலப் பொதுமேடைகளில் அடிக்கடி கைதட்டல்களையும் நகைச்சுவையையும் எதிர்பார்க்கலாகாது.

பேசும்போது தன்னுடைய பேச்சு சபையோரின் மனதைப் புண்படுத்தாமல் பார்த்துக் கொள்ள வேண்டும். யாருடைய மனமும் பாதிக்காத வண்ணம் பேச்சை அமைப்பது சிறப்பு.

பேச்சாளர் தான் பேசும் விசயத்தை எடுத்துச் சொல்வதில் தளராத உற்சாகத்தோடிருப்பதாகக் காட்டிக் கொள்ளலாம். தவறில்லை. அரசியல் பேச்சில் உற்சாகம் கனன்று வீசும்.

இடையிடையே தீப்பொறி பறக்கலாம். தேவைக்கேற்ப பேச்சைச் சுருக்கிக் கொள்ளலாம்.

பெரும்பாலும் பேச்சு கேட்போருக்கு விளங்கும்படி வெளிப்படையானதாகவும் விரைந்து புரியும் வகையிலும் அமைதல் நலம். சபையில் இரட்டுற மொழிதலும் சங்கேத விபரீதங்களை உண்டாக்குவதும் ஆகாது.

முடிந்தவரை எளிய சொற்களைக் கொண்டு சிறுசிறு வாக்கியங்களால் பேச்சை வடிவமைக்கலாம். நீண்ட நெடிய உரைகளைத் தவிர்ப்பது நல்லது. ஆபிரகாம் லிங்கன் தனது கெட்டில்பர்க் பேச்சில் *207* சிறு வார்த்தைகள்தான் பேசியுள்ளார். அவற்றில் *200* வார்த்தைகள் மிகச் சின்னஞ் சிறியவை.

தாம் கற்றதையெல்லாம் சபையோர் முன் கொட்டிவிட வேண்டும் என்று ஆசைப்படக் கூடாது கொடுந் தமிழில் பேசல் ஆகாது. வழக்கில் இல்லாத சொற்களை அள்ளிக் கொட்டுதல் கூடாது. மணக்கணக்கில் மேல்மூச்சு கீழ்மூச்சு வாங்கப் பேசுவதும் கணக்கில்லாமல் மேற்கோள்களை அள்ளி வழங்குவதும் கதைகளை விரிப்பதும் விடுத்துத் தக்கவை என்றால் செய்யுங்கள். தேவையில்லாத நேரங்களில் தவிர்த்துவிட வேண்டும்.

பேசி முடித்து, கடைசி மணித்துளிகளில்தான் சொன்ன கருத்துகளின் சாராம்சத்தைச் சுருங்க எடுத்துக்கூற வேண்டும். இடையில் வந்து கலந்து கொண்டோரும் முழுவதும் அறிந்து கொள்வதற்கு வசதியாக இருக்கும்.

ஒவ்வொரு குறிப்பும் கேட்போருடைய உள்ளத்தில் நேரடியாகப் பதியுமாறு செய்தல் நலம். முடிவுரையை வரம்பின்றி நீட்டித்துச் சொல்லுதலும் ஆங்காங்கு நிறுத்துதலும் பேச்சாளருக்கு ஆகாத செயல்கள்.

எந்த ஒரு பேச்சாளரும் எடுத்தவுடன் சிறிது புன்முறுவலுடன் சபையை வணங்கிப் பேசத் துவங்க வேண்டும். அகம்பாவமான பேச்சை மக்கள் அருவருப்பதைக் காணலாம். அத்தகைய பேச்சைச் சபையோர் இடைமறிக்கவும் வாய்ப்புண்டு. கேட்கவும் மாட்டார்கள். கடுகடுத்த முகத்துடனும் தடித்த பேச்சுடனும் பேச்சாளர் பேசப் புகுதல் ஆகாது.

இவை யாவும் பெரும்பாலும் பேச்சாளர் தம் மேடைப்பேச்சின்போது பின்பற்ற வேண்டிய நெறிமுறை Dos & Don'ts என்பார்களே அதுபோல செய்யத்தக்கன – தகாதன என்று கொள்ளலாம்.

சபையை உற்சாகப்படுத்துதல் :

பொதுவாக எந்தவொரு பேச்சாளனும் தன் முன் இருக்கும் சபையோரைத் தன் வயப்படுத்துவது மிக முக்கியமான முதற்கடமையாகும். அவ்வாறு தன்வயப்படுத்திய சபையோரை விளிக்கும் வார்த்தைகளே கவர்ந்திழுக்கும்விதமாக அமைய வேண்டும்.

பொய் சொல்லத் தயங்கவே கூடாது. "இதுபோன்ற சபையை நான் பார்த்ததே இல்லை. கடந்த பத்து வருடங்களாக மேடையில் பேசிக் கொண்டு இருக்கிறேன். தேர்ந்தெடுக்கப்பட்ட மக்களைக் கொண்டு இறைவனால் உருவாக்கப்பட்டது இந்தச் சபை.

''ஆன்றவிந்த சான்றோர்கள் நிரம்பிய சபையில் அடியேன் பேசுவதற்கு வாய்ப்பு கிடைத்தமைக்குப் பெருமைப்படுகிறேன்"

"இதுபோன்ற சிரித்த முகத்துடன் நீங்கள் இருப்பதைக் கண்டால் எங்களுக்குப் பேச்சு தானாக வரும்"

இப்படியெல்லாம் வாய்கூசாமல் பேசப் பழக வேண்டும். பேச்சாளர் நம்மைப் பாராட்டுகிறார் என்ற எண்ணம் சபையோர் மனதில் தோன்ற வேண்டும், பேச்சாளர் தோற்றுவிக்க வேண்டும்.

ஒரு கல்விக்கூடத்திற்குப் பேசப் போகும் பேச்சாளர், அந்தக் கல்விக்கூடத்தை நிறுவியவர் பற்றிய குறிப்புகளை ஏற்கனவே சேகரித்து அதைத் தன் பேச்சில் கலந்து பேசுதல்; இவ்வூரிலிருந்து வெளிநாடு, ராணுவம், ஆராய்ச்சிக்காகச் சென்றவர்களைக் குறித்த விபரங்களைக் கேட்டறிந்து பேசுதல் அவ்வூர் மக்களை உற்சாகப்படுத்துவதாக அமையும் என்பது உண்மை.

“ஒரு காலத்தில் தென்னைமர ஓலைகளால் வேயப்பட்ட கொட்டகையில் ஆரம்பிக்கப்பட்ட இந்தப் பள்ளி இன்று ஐம்பது ஆண்டுகளில் ஆல விருட்சமாக வளர்ந்து பரந்து விரிந்து கல்வி கற்போருக்கு தவச்சாலையாக மாறியுள்ளது. இந்தப் பொன்விழா மேடையில் இந்தப் பள்ளியின் பழைய மாணவன் என்று பெருமையாகக் கூறிக்கொள்கிறேன். என்னை அன்று பேச்சுப்போட்டிகளில் ஊக்குவித்த இப்பள்ளித் தமிழாசிரியப் பெருமகனார் புலவர் சுப்பையா பாரதி ஐயா புண்ணியத்தில் உங்கள் முன் இன்று நிற்கிறேன். ‘பாராளுமன்ற உறுப்பினராக உயர்ந்து மக்கள் சேவை செய்வதற்கு அடித்தளமிட்டுத் தந்தது இந்தப் பள்ளிக்கூடம்தான்” என்று பெருமை பொங்க பேச்சாளர் பேசும்போது அவ்வூரைச் சேர்ந்த அவையோர் மிகுந்த உற்சாகம் அடைவார்கள்.

குழந்தைகள் படிக்கும் பள்ளியில் பேசப்போகும் பேச்சாளர் அந்தக் குழந்தைகள் கூடிய சபையை உற்சாகப்படுத்துவது ஒரு சாதுர்யம். அவர்கள் நிலைக்கு நாம் இறங்கி, கதைகள் சொல்லிப் பேசிக் கவர்ந்திழுக்க வேண்டும். அதுதான் அவர்களை உற்சாகப்படுத்துவதாக இருக்கும்.

ஆக, சபையை ஒரு பேச்சாளர் உற்சாகப்படுத்துதல் என்பது அவரது கடமை. சபையோர் யார்? எத்தகையவர்? எந்தச் சூழலில் இருக்கிறார்கள்? நாம் பேசுவது முதலாவதா? கடைசியா? இன்னும் பேச்சைக் கேட்கும் உற்சாகத்துடன் சபையோர் மனநிலை உள்ளதா? என்பதைப் பேச்சாளர் ஆராய்ந்தறிந்து நடந்து கொள்ள வேண்டும்.

●●●

15. பேச்சின் இடையே....

பேசிக் கொண்டிருக்கும் போதே தண்ணீர் தாகம் ஏற்படலாம். நா வறண்டு போகலாம். முன் எச்சரிக்கையாக மேடையில் தண்ணீர் எடுத்து வைத்துக் கொள்ள வேண்டும்.

தாம் பேசிக் கொண்டிருக்கும் வேளையிலே சரியான தருணம் பார்த்து இடைவெளியில் தண்ணீரை ஒரு மடக்கு குடித்துவிட வேண்டும். தண்ணீர் குடித்தது தெரியாத அளவில் பார்வையாளருக்கு இடையே சலசலப்பு ஏற்படாத வண்ணம் நாசூக்காகத் தண்ணீர் குடித்துவிட வேண்டும்.

அறிஞர் அண்ணா அவர்களுக்கு அடிக்கடி மூக்குப் பொடி போடும் பழக்கம் இருந்திருக்கிறது. தொடர்ந்து சில மணி நேரங்கள் பேசக் கூடிய வலிமை வாய்ந்தவர் என்பதை உலகம் அறியும்.

அறிஞர் அண்ணா அவர்கள் தன்னுடைய முன்னங்கையில் பொடியைத் தடவி வைத்துக் கொண்டு பேச்சின் இடையே தடங்கல் இல்லாதபடி பார்த்துக் கொண்டு தக்க தருணத்தில் கையை எடுத்து மூக்கில் வைத்து அப்படியே உறிஞ்சி விடுவாராம். இந்தச் செய்தி ஒரு நூலில் குறிப்பிடப்பட்டிருந்தது.

சமய மேடைப் பேச்சு

சமய மேடைப் பேச்சாளர்கள் மறைமலையடிகள், கிருபானந்த வாரியார், குன்றக்குடி அடிகள், புலவர் கீரன், தாவூத் ஷா, அப்துல் சமது, காயிதே மில்லத், அப்துல்லா செய்யதலி, தனிநாயகம் அடிகளார், அமுதன் அடிகள், எஸ்ரா சற்குணம் ஆகியோரின் மேடை பேச்சு சமயம் சார்ந்த பேச்சுகளுக்குச் சொந்தக்காரர்கள்.

ஊடகப் பேச்சு

சுகிசிவம், இறையன்பு, கண்ணதாசன், வைரமுத்து, கு. ஞானசம்பந்தம், தென்கச்சி கோ சுவாமிநாதன், ஐ. லியோனி, சுப.வீரபாண்டியன், புலவர் நன்னன், எஸ். ராமகிருஷ்ணன் போன்றவர்கள் ஊடகங்களில் பேசுகின்றனர். அவற்றை வலையொளியில் கண்டு, கேட்டு மகிழலாம்.

அமங்கலமான, அச்சம் தரும் சொற்களைத் தவிர்த்து இனிய மங்கலச் சொற்களைப் பேச வேண்டும்.

நகைச்சுவை என்று எண்ணி கொச்சையான இரட்டைப் பொருள் தரும் சொற்களைப் பேசக்கூடாது.

கேட்பவர்கள் நேரில் காட்சிகளைக் காண்பதுபோல வருணனையுடன் பேச வேண்டும்.

கதைகள் வாயிலாகச் சொல்லப்படும் கருத்துகள் பார்வையாளர்கள் மனதில் மிக ஆழமாகப் பதியும்.

●●●

16. எழுவகைச் செயல்

ஒரு பேச்சாளர் மேடையில் பேசும் முறை பற்றி விரிவாகக் கண்டோம். அந்தப் பேச்சை எவ்வாறு செயல்படுத்துவது என்பது குறித்துக் காணலாம்.

ஒருவர் தன் பேச்சுத்திறனைச் செயல்படுத்துவதற்கு ஆற்றலைப் பெற வேண்டும். அவ்வாறு ஆற்றலை பெறுவதற்குத் தமது சுய முயற்சியையும், பொது அறிவையும் உலக நடைமுறைப் போக்கையும் தம்முள் மிகுதியாகப் பெருக்கிக் கொள்ள வேண்டும். அவ்வாறு செயல்பட பேச்சாளர் ஏழு வகை உபாயங்கள் உள்ளன.

1. பொருத்தம்

முதலாவதாக பேச்சுக்கும் பேச்சாளருக்கும் ஒருவிதப் பொருத்தம் இருக்க வேண்டும். பேச எடுத்துக்கொண்ட சொற்பொருளுக்குத் தகுதியுடையவராக அவர் இருக்க வேண்டும். ஒருவர் பேச்சிலும் வெளியிடும் கருத்துகளிலும் ஊக்கமும் கவலையும் தமக்கு இருப்பதாக அவையோரை அறியச் செய்ய வேண்டும். கடமைக்காகவும் வாங்கும் கைக்கூலிக்காகவும் பேசுவதாக சபையோர் எண்ணி விடக்கூடாது. ஊக்கமில்லாத பேச்சு ஒரு நாளும் சபையோரை ஊக்கப்படுத்தாது. இதுபோல ஒப்புக்காகப் பேசுபவர் பேச்சில் அவையோர் கவனம் கொள்ள மாட்டார்கள் என்பதும் உறுதி.

2. தன்னம்பிக்கை

இரண்டாவதாக அவையோரின் தன்னம்பிக்கை முழுவதையும் பேச்சின்வழி பெறுவதற்குப் பேச்சாளர் முயல்வது முக்கியம். ஒருவர் பேச்சில் இம்முயற்சி வெளிப்படாவிட்டால் அவையோர் அந்தப் பேச்சாளருடைய பேச்சின்மீது நம்பிக்கை கொள்ள மாட்டார்கள்.

பொதுமக்களின் நம்பிக்கையைப் பெறுவதற்கு ஒருவருடைய சீரிய ஒழுக்கமே அடிப்படையாகும். அதற்குப் பேச்சாளரின் நல்ல குணம் நல்ல செய்கைகள் பெரிதும் துணைபுரியும். அவர் கொண்ட நல்ல பண்புகள் சமூகத்தில் அவரை நல்லவர் என்று அடையாளப்படுத்தும். அப்படிப்பட்டவருடைய பேச்சில் நடவடிக்கையில் மற்றவர்கள் சந்தேகம் கொள்ள மாட்டார்கள்.

மக்களின் நம்பிக்கையைப் பெறாதவர் பேச்சு மேடைகளில் மட்டுமல்ல வாழ்வில் எங்கணுமே உருப்படப் போவதில்லை. பொதுமேடைகளில் ஏற்கப்படுவதில்லை. தன் நாவன்மையால் மக்கள் மத்தியில் பேசி, சிலர் சிறிது காலம் நற்பெயர் பெறுவதுண்டு. ஆனால், இது நிலைத்து நீடிப்பதில்லை. அவர்கள் பேச்சில் சூழ்ச்சி இருப்பது காலப்போக்கில் மக்களுக்குத் தெரிந்து விடும்.

ஆகவே, ஒரு பேச்சாளர் உண்மையான கருத்துகளை மறைக்காமல் உண்மையாகவே வெளிப்படுத்த வேண்டும். இது மட்டுமே ஒரு பேச்சாளருக்குப் பொதுமக்களின் நன்மதிப்பையும் விருப்பையும் உண்டாக்கும் என்பது திண்ணம்.

3. சத்திய நெறி

தெய்வ சிந்தனையும் சத்திய நெறியும் உடையவராக ஒரு பேச்சாளர் நடந்து கொள்வாரேயானால் அவருக்கு மதிப்பு உண்டாகும். இப்படிப்பட்டவருக்கு எத்தகைய சபையோரையும் சுண்டியிழுக்கும் திறமை இயல்பிலேயே அமைந்திருக்கும். தமிழகத்திலுள்ள பெரும்பான்மையான மக்கள் தெய்வப் பற்றுடையவர்கள். சில பேச்சாளர்கள் தம் உடை, ஒப்பனை, சமயக்குறியிடுதல் போன்ற செய்கைகளால் வெளிப்படுத்துவார்கள்.

சில பேச்சாளர் பாதக் குறடுகளையும் மணிவடங்களையும் சடைமுடிகளையும் அணிந்து கொண்டு மேடை மீது தோன்றுவர். இந்த அடையாளங்களுக்கு நம் நாட்டில் மிகுந்த மரியாதை உண்டு. யாரும் மறுக்க முடியாது. ஒரு பேச்சாளர் கடவுளுக்குப் பயந்து நடப்பவர் அல்லது சத்திய நெறியிலிருந்தும் வழுவாதவரெனப் பொதுமக்கள் அறிந்து கொள்ளுமாறு நடந்து கொள்ள வேண்டும்.

ஆன்மீகச் சொற்பொழிவாளர்கள் திருமுருகக் கிருபானந்த வாரியார், புலவர் கீரன், சுகிசிவம் போன்றவர்கள் மக்கள் மத்தியில் நன்மதிப்பைப் பெற்றவர்கள். அவர்களின் சீரிய ஒழுக்கங்கள்தாம் அதற்குக் காரணம். சொல்லின் செல்வர் திரு. வி. கலியாண சுந்தரனார் பேச்சில் நம்பிக்கை கொள்ளாதவர்களும் வெறுப்புக் காட்டுபவர்களும் உண்டோ?!

நமது தேசப்பிதா மகாத்மாகாந்தி பேச்சு இந்தியாவையே அகிம்சா முறையில் விடுதலைப் போராட்டங்களில் ஈடுபட வைத்தது. அவருக்கு எதிராக ஆங்கிலேயே அரசு நீதிமன்றத்தில் வழக்கு தொடர்ந்தது. நீதிமன்றத்துக்கு அண்ணார் சென்றபோது நீதிபதி உள்ளிட்ட வழக்கறிஞர்கள் காவல் துறை அதிகாரிகள் அனைவரும் எழுந்து நின்று மரியாதை செலுத்தினார்களாம். அதற்குக் காந்தியடிகள் பின்பற்றிய சத்தியநெறி மட்டுமே காரணம்.

திரு.வி.க. தொழிலாளர் நலச் சங்கத் தலைவராகப் பதவி வகித்தார். தொழிலாளர்கள் உரிமைப் போராட்டங்களின்போது திரு.வி.கவுக்குத் தண்டனை வழங்கப்பட்டது. இவர் சத்திய நெறி தவறாத மனிதர் என்பதை உணர்ந்த அரசியலார் தண்டனைக் காலம் வரை அவரை வீட்டுச் சிறையிலேயே இருக்க வைத்தனர். அமெரிக்க அதிபதியான ஆபிரகாம் லிங்கன் பேச்சுகள் சத்திய வசனங்கள் என்றும், நம் நாட்டு கோபாலகிருஷ்ண கோகலே என்ற பெரியார் நமது நாட்டு மக்களின் அறியாமையை அறவே அகற்ற கைக்கொண்ட உழைப்பும், ஊக்கமும், மேடைப் பேச்சுகளும் சத்திய நெறி பிறழாதனவாம் என்றும் கூறுவர்.

4. சொந்த அனுபவம்

பேச்சாளர் பொதுமேடையில் பிறருடைய அனுபவங்களையும் தம் சொந்த அனுபவங்களையும் எடுத்துப் பேசுவதுண்டு. இவர்கள் பேசுவதை எல்லாம் அவையோர் அப்படியே கேட்க வேண்டும் என்று கட்டாயமில்லை. சபையோரின் சந்தேகக் கேள்விகளுக்கு விடை கூறலாம். பேச்சாளர் சொந்த அனுபவத்தைச் சிறிதேனும் அவையோர் முன் எடுத்துச் சொல்ல வேண்டும்.

வெறும் புத்தகங்களிலுள்ள பல்வேறு அறிஞர் பேச்சுகளை மட்டுமே அடுக்கடுக்காக எடுத்துக் கொண்டு பேசுவதால் பேச்சு மக்களால் ஏற்கப்படாமற் போகலாம். சலிப்பை ஏற்படுத்தவே செய்யும்.

தன் வாழ்வில் நடந்த சில சம்பவங்களை எடுத்துக் கூறுவதால் அந்தப் பேச்சு மக்களிடையே வரவேற்பைப் பெறும். பாதிக்கப்பட்ட பேச்சாளர் மீது பரிதாபப்படும் மக்களும் உண்டு. பேச்சில் நிபுணர் என்று அவர் கருதப்படுவார்.

5. அறிமுகம் செய்தல்

ஒருவர் எந்த நபரால், எந்த விதத்தில் அறிமுகப் படுத்தப்படுகிறாரோ அதைப் பொறுத்து அவருக்கு மதிப்பு கிடைக்கும். சபைத்தலைவர் ஒரு பேச்சாளரைத் தக்க விதத்தில் அறிமுகம் செய்து வைத்தால் சபை மத்தியில் அவருக்கு மதிப்புக் கிடைக்கும். அவருடைய பேச்சு மக்கள் மனம் கவரும்.

தம்மைப் பற்றிய சுய விபரங்களைத் திறமைகளைக் குறிப்பு எடுத்து அவைத் தலைவரிடம் கூட்டம் தொடங்குவதற்கு முன்பே பேச்சாளர் கொடுத்துவிட வேண்டும். இதில் எந்தவிதக் கௌரவமும் யாரும் பார்க்கக்கூடாது. தனக்கு அனுசரணையான சபையில், ஆதரவான அவைத் தலைவர் பேசும் மேடைகளைப் பேச்சாளர் தேர்ந்தெடுக்க வேண்டும். தமக்கு அனுசரணை இல்லாத சபையில் தாம் கலந்து கொள்ளாமல் ஒதுங்கிக் கொள்வது பேச்சாளருக்கு நல்லது.

6. மூலம்

பூமி தன்னைத்தானே சுற்றிக் கொண்டு சூரியனையும் சுற்றி வருகிறதல்லவா? அதற்கு ஏதேனும் மூலகாரணம் இருக்க வேண்டும் அல்லவா? அதுபோல பேச்சாளர் தாம் பேசவுள்ள அரங்கம், நடைபெறும் விழா, தன் பேச்சைக் கேட்கும் சபையோர் இவற்றையெல்லாம் கருத்திற்கொள்ள வேண்டும். ஓர் இளைஞன் புகைப்பழக்கம் உடையவராக இருந்தால் அவனை அடிக்கவோ தண்டிக்கவோ முதலில் முன்வரக்கூடாது. மாறாக, இவனுக்கு இந்தப் பழக்கம் எப்படி வந்தது? யாரால் வந்தது? என்ற மூலதாரத்தை விசாரித்து அறிந்து அவனுடைய கெட்ட சகவாசத்தைக் களைய முயற்சிக்க வேண்டும்.

அதுபோல பேச்சாளர் தான் பேசும் செய்தியின் கருத்தின் மூல தத்துவத்தைப் புரிந்து கொள்ள வேண்டும். சபையோரின் நோக்கம் உணர்ந்து பேச வேண்டும்.

7. சபை உற்சாகம்

சபையோரை உற்சாகப்படுத்துதல் குறித்து இந்நூலில் பிறிதொரு இடத்தில் எழுதியுள்ளோம்.

சபையோரை உற்சாகப்படுத்த ஒவ்வொரு பேச்சாளரும் பழக வேண்டும். தன் அனுபவத்தால் இந்த உத்தி பேச்சாளருக்கும் கைவரப்பெறும்.

சபையோரையும் அவர்கள் ஊரையும் அவ்வூர் மக்களின் சிறந்த செயல்பாடுகள் குறித்தும் முன்னரே தெரிந்து வைத்துக் கொண்டு மேடையில் பாராட்டிப் பேச வேண்டும். அவருடைய பேச்சு சபையோரை உற்சாகம் அடையச் செய்யும்

மேலே கூறப்பட்ட ஏழு செயல்களிலும் ஒவ்வொரு பேச்சாளரும் கவனம் செலுத்தவாரேயானால் அவர் பார் புகழும் சிறந்த பேச்சாளர் ஆவார்.

●●●

17. பேசும் வாய்ப்பு

மேடையில் பேசும் வாய்ப்பு எல்லோருக்கும் கிடைப்பதில்லை. ஆரம்பக் காலத்தில் தனக்கான வாய்ப்புகளைப் பேச்சாளராக வேண்டிய எண்ணத்தில் தானே தேடிப் போக வேண்டும். தன் திறமையைத் தானே வளர்த்துக் கொள்வதன் மூலம் புகழ் பெறலாம். ஒவ்வொரு பேச்சாளரும் தன்னைத்தானே திறனறிந்து கொள்ள வேண்டும். எவ்வாறு திறனறிவது என்றால் சில கேள்விகளைத் தனக்குத் தானே கேட்டுக் கொள்ள வேண்டும். அதற்கான விடைகாணும் முறையின் மூலம் ஒருவர் தன் திறனை இனங்காண முடியும். உதாரணத்திற்குச் சில வினாக்களைக் குறிப்பிடலாம்.

1. தனக்கு எந்தத் துறையில் ஆர்வம் உள்ளது?
2. இயல்பாகத் தன்னெழுச்சியாகப் பேச முடியுமா? தூண்டல் தேவையா?
3. தன்னால் சபையில் கூச்சமின்றி, அச்சமின்றி, தயக்கமின்றிப் பேசிவிட முடியுமா?
4. நம் திறமையை வளர்த்துக் கொள்ள வேண்டுமென்றால் நாம் யாரைத் தொடர்பு கொண்டு உதவி பெற வேண்டும்?
5. போதுமான பயிற்சி நமக்கு உள்ளதா?

6. தமிழில் பேசுவதென்றால் தெளிவான உச்சரிப்பு (Pronounciation) ஏற்ற இறக்கத்துடன் (Modulation) பேச நம்மால் முடியுமா?

7. வாய்ப்பு தருபவருக்கு நமது பேச்சு நல்ல பெயரை வாங்கித் தருமா?

8. நமக்குப் பேசப்போகும் பொருளில் நல்ல போதுமான அறிவுத்திறன் உள்ளதா?

9. தமக்குத் தரப்பட்டுள்ள தலைப்பு குறித்த நுண்ணறிவு (Invelligence) தனக்கு உள்ளதா?

10. நாற்பது நிமிடங்கள் பேச வேண்டுமானால் அதற்கான நினைவாற்றல் நம்மிடம் உள்ளதா?

11. நாம் வானொலியில் தொலைக்காட்சியில் பேசியிருக்கலாம்.. அதனை மாற்றி அமைக்க முடியும். சபையோர் முன்பு தடுமாற்றமின்றித் தங்கு தடையின்றிப் பேசி விடுவோமா?

12. அனைத்துக்கும் மேலே நமக்கு நம் மீது தன்னம்பிக்கை உள்ளதா?

இது போன்ற வினாக்களைத் தனக்குத் தானே எழுப்பித் தன்னை முழுமையாக எடை போட வேண்டும்.

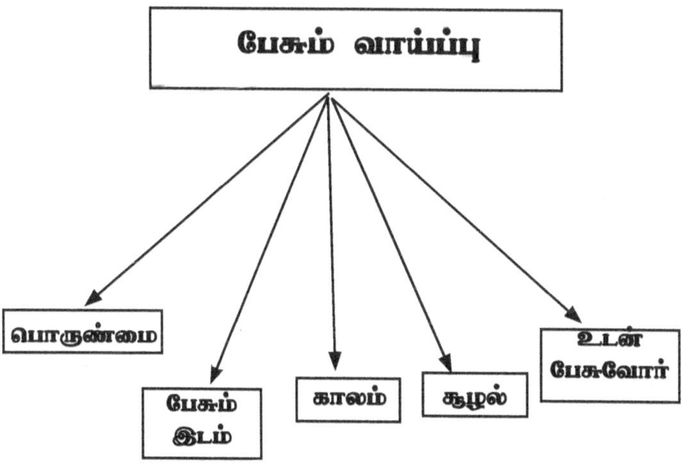

பேசும் வாய்ப்புக்கான காரணிகள்

வாய்ப்பு கிடைக்கலாம். சிபாரிசின் அடிப்படையில் இருக்கலாம். இவருடைய மேடைப் பேச்சைக் கேட்ட ஒருவர் அடுத்த கூட்டத்துக்கு இவருடைய திறமையை வைத்து அழைப்பு விடுத்திருக்கலாம். அன்று பேசிய பேச்சு தயாரிப்பு மிக நேர்த்தியாக அமைந்திருக்கலாம். சபையோருடைய உற்சாகப்படுத்தும் விதம் இவரை அன்று நல்லவிதமாகப் பேச வைத்திருக்கலாம். பேசும் வாய்ப்பு ஏற்படப் பல்வேறு காரணிகள் உள்ளன. அவற்றில் குறிப்பாக நாம் ஈண்டு ஐந்து காரணிகளை மட்டும் காணவுள்ளோம். இவற்றைப் பொறுத்து ஒருவர் பேசுவதற்கு வாய்ப்பு கிடைக்கும்.

(i). பொருண்மை

என்னதான் திறமையானவராக இருந்தாலும் எல்லோருக்கும் எல்லாப் பொருளிலும் பேச முடியாது; எல்லா நேரத்திலும் பேச வாய்க்காது. இன்ன பொருளில்தான் பேசுவேன்! என்ற தன் திறனைத் தாமே அறிந்து வைத்திருக்க வேண்டும். இது பேச்சாளர் கடமை.

1. அரசியல்
2. ஆன்மீகம்
3. வணிகம்
4. கல்விக் கூடங்கள்
5. தொழிற் கூடங்கள்
6. திறனாய்வு
7. இலக்கிய மேடை
8. பட்டிமன்றம், வழக்காடு மன்றம்
9. இலக்கணச் சொற்பொழிவு
10. மருத்துவத்துறை

என்று அவரவருக்கென்று ஏதேனும் ஒரு துறையில்தான் ஆர்வம் இருக்க முடியும். தனக்கான திறமை, தகுதி அடிப்படையில் தான் பேசவுள்ள துறை அல்லது பொருள் குறித்து முடிவெடுத்தல் நலம். “ஆன்மீகம் என்றால் அதே

துறையில் தன்னை வளர்த்துக் கொண்டு நாடெங்கும் உலகம் எங்கும் புகழ்பெற முடியும். 'ஆற்றில் ஒரு கால் சேற்றில் ஒரு கால்' என்று முடிவு எடுக்கக் கூடாது. அவ்வாறு அழைப்பவர் கூட எல்லாம் சென்று வெவ்வேறு துறையில் பேசினால் பேச்சும் வளர்ச்சி அடையாது. நிலையான புகழையும் பெற முடியாது. காலப்போக்கில் வாய்ப்புகளை இழந்து போக நேரிடும்.

இவ்வாறாக, மேடைப் பேச்சாளராக விரும்புவர் முதற் காரணியாகத் தான் பேசவுள்ள 'பொருண்மை' எதுவென்று முதலிலேயே தீர்மானிக்க வேண்டும். அவ்வாறு தீர்மானித்து முடிவெடுத்தபின் அதில் தன்னை முழுமையாக ஈடுபடுத்திக் கொண்டு முன்னேற வேண்டும். திறமையை வளர்த்துக் கொள்ள அந்தப் பொருள் தொடர்பான பல்வேறு நூல்களைக் கற்றுத் தெளிய வேண்டும். தன்னைத்தானே மெருகேற்றிக் கொள்வது அவசியம்.

(ii) இடம்

இரண்டாவது காரணி மேடைப் பேச்சாளர் பேசப் போகும் இடம். இடத்தைத் தீர்மானிப்பது முக்கியம். தான் பேசப் போகும் மேடை அல்லது பேசும் இடம் எத்தகையது என்று அறிந்து வைத்திருக்க வேண்டும்.

''பூடந் தெரியாமல் சாமியாடக் கூடாது'' என்று சொல்வார்களே! அதுபோல இடம், பொருள், ஏவலறிந்து பேச்சாளர் நடந்து கொள்வது முக்கியம்.

ஆன்மீகக் கூட்டத்தில் கலந்து கொண்டு பேசும் வாய்ப்பு கிடைத்தால் பேச்சாளர் ஆன்மீகவாதி போல நடை, உடை பாவனைகளை மாற்றிக் கொள்ளவேண்டும். அவ்வாறு மாற்றிக் கொண்டால் புறத்தோற்றத்தை வைத்தும் கோவில்களில் பேசுவதற்கும், சமய மாநாடுகளில் கலந்து கொண்டு ஆன்மீகச் சொற்பொழிவாற்றுவதற்கும் வாய்ப்புகள் ஏராளம் வந்து குவியும்.

'ஆள்பாதி ஆடைபாதி' என்று அந்த நாளில் சும்மாவா சொல்லி வைத்தார்கள். வள்ளுவப் பெருந்தகையே கூறியிருக்கிறார். 'காலம் கருதி இடத்தாற் செயின்' என்று.

திருமுருக கிருபானந்தவாரியார் சுவாமிகளைப் பார்க்கும் போதே பொதுமக்களுக்கே கையெடுத்துக் கும்பிட வேண்டும் போலத் தோன்றுமல்லவா? பேசும் இடத்துக்கேற்பப் புறவயமாதலைப் போலப் படிப்படியாக அகவயமாதலும் முக்கியம். தான் தேர்ந்தெடுத்த துறை (field)யை முடிவு செய்து விட்டால் அதிலே காலூன்றி நிலைத்து நின்று புகழின் உச்சிக்குப் போக அரும்பாடுபட வேண்டும்.

பேசும் இடம் கல்வி நிறுவனமா? தொழிற்சாலையா? வானொலியா? தொலைக்காட்சியா? பட்டிமன்றமா? வழக்காடு மன்றமா? விளையாட்டு விழாவா? அரசியல் களமா? ஆன்மீக விழாவா? பேசுகின்ற உரை வாழ்த்துரையா? தலைமையுரையா? நன்றியுரையா? என்பதையும் உணர்ந்து கொண்டு பேச்சாளர் தன் பணியைச் செவ்வனே நிறைவேற்றலாம்.

இடத்துக்கேற்பத் தன் பாணியை மாற்றிக் கொண்டு தகவமைய வேண்டியது அவசியம். இடமறிந்து இச்சூழலறிந்து பேசும் பேச்சாளர் எளிதில் வெற்றி பெறுவார்.

(iii) காலம்

வள்ளுவர் காலமறிதல் என்ற ஒரு தனி அதிகாரமே வகுத்துள்ளார். என்னதான் ஒருவர் திறமைசாலியாக இருந்தாலும் நூற்றுக்கணக்கான நூல்களைக் கற்றுத் துறை போனவராயிருந்தாலும் காலமறிந்து செயல்படாவிட்டால் அந்தப் பேச்சு விழலுக்கு இறைத்த நீராகிவிடும்.

பேசுகின்ற காலம், பொழுது எத்தகையது? யாருக்குப் பிறகு? யாருக்கு முன்னால் பேசப் போகிறோம்? நிகழ்வு தொடங்கியபோதா அல்லது முடிவடையும் காலத்திலா? எப்போது நம் உரை இடம் பெறும்? என்ற கால அறிவு பேச்சாளருக்கு இருக்க வேண்டும்.

தனக்குத் தரப்படும் வாய்ப்பு எந்தக் காலத்தில் தரப்பட்டுள்ளது?! அதனை அறிந்து உணர்ந்து அதற்கேற்பத் தன் பேச்சைச் சுருக்கவோ விரிக்கவோ செய்யலாம்.

முக்கியப் பிரமுகர் காலமானபோது மயானத்தில் இரங்கல் கூட்டம் போடப்படும். இரங்கல் தெரிவித்துப்

பேசும் போது கூட சில பரம்பரைப் பேச்சாளர் கால அறிவு இல்லாமல் இஷ்டத்துக்குப் பேசுவதைக் காணலாம். "மைக் இல்லாமலே இப்படிப் பேசுறார். மைக் கொடுத்தால் இந்த ஆளு விடமாட்டார் போல" என்று சுற்றியிருப்போர் கேலி செய்வார்கள்.

கூட்டம் எதுவாக இருந்தாலும் சரி காலங்கடந்து நடக்கிறதென்று பேச்சாளருக்குத் தெரிகிறதென்றால் பேச்சைச் சுருக்கிக் கொள்ளுதல் நலம். இல்லையென்றால் சபையோர் தங்களுடைய அலுவல் நிமித்தமாக எழுந்து செல்லத் தொடங்கி விடுவார்கள். பேச்சாளர் பேசிக் கொண்டு இருக்கும் போது சபையோர் இடையில் எழுந்து செல்வது பேச்சாளருக்குக் கேவலமாகப் போய்விடும். கிடைத்த வாய்ப்பு இவ்வாறு அவையோர் எழுந்து செல்வதால் பறிபோய்விடக்கூடும்.

காரைக்குடி கம்பன் கழகம் சார்பில் வருடந்தோறும் கம்பன் விழா நடைபெறும். விழாவுக்குச் சிறப்பு விருந்தினர்கள் வருவார்கள். குறித்த நேரத்தில் வந்து கலந்து கொள்ள வேண்டும் என்பதில் கம்பன் கழகப் பொறுப்பாளர் திரு. கணேசன் கண்டிப்புடன் இருப்பார். இந்த விழாவில் பேச வாய்ப்பு கிடைப்பது அரிது. ஒருமுறை கவிஞர் கண்ணதாசனை அழைத்திருந்தார்.

எந்த விழாவென்றாலும் கண்ணதாசன் சற்று தாமதமாகவே செல்வார் என்பது உலகமறிந்த விஷயம். ஆனால், கம்பன் கழகம் கணேசனார் கால நேரம் தவறாமை குறித்து அறிந்திருந்த கண்ணதாசன் பேசவுள்ள நேரத்துக்கு 15 நிமிடம் முன்னதாகவே வந்துவிட்டாராம். மேடையில் பேசும்போது "எனக்கு மிகவும் பிடித்த மதங்கள் நான்கு. இந்து, கிறித்தவம், இசுலாம், மற்றொன்று தாமதம்" என்று கண்ணதாசன் குறிப்பிட்டதாகச் சொல்லப்படுவதுண்டு.

காலத்தைச் சரியாகப் பயன்படுத்தத் தெரிந்தால் பேச்சாளருக்கு வாய்ப்புகள் பெருகும்.

(iv) சூழல் (Situation)

காலத்திற்கேற்ற சூழலைப் பயன்படுத்தல் முக்கியம். சூழல் என்பது

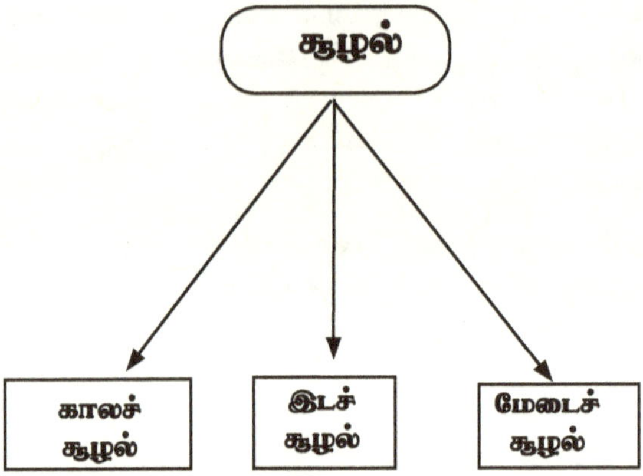

சூழலுக்கேற்ப மனிதன் தன்னைத் தகவமைத்துக் கொள்வான். அவனே வெற்றி பெறுவான். அறிவியலில் Survival of the fittest theory என்ற ஒரு கோட்பாடு உண்டு. சூழலுக்கேற்பத் தகவமைதல் என்பது இதன் பொருள்.

பேசுவதற்கு மேடை கிடைத்துவிட்டது என்பதற்காக சபையோர் குறிப்பறியாமல் பேசிக் கொண்டே இருக்கலாகாது. காலச் சூழலுக்கேற்ப வாய்ப்பைப் பயன்படுத்திப் பேச வேண்டும். பேசும் வாய்ப்பைத் தக்க வைத்துக் கொள்ள சமயோசித புத்தியுடன் பேச்சாளர் நடந்துகொள்ளலாம்.

(v) உடன் பேசுவோர்

பேச்சாளருக்கு வாய்ப்பு கிடைக்கும்போது தான் யாருடன் பேசப் போகிறோம் என்று அவதானிக்க வேண்டும். உடன் பேசுவோரை அனுசரித்து நாம் முன்பு, பின்பு பேசினால் தொடர்ந்து பேச வாய்ப்பு கிடைக்கும். தொடக்க நிலையில் கறாராக நாம் இருக்கக்கூடாது.

மற்றவர்களிடம் இறங்கிப் பேசிப் பழகுதல் சகஜமாக நடந்து கொள்ளுதல் அவசியம். அந்தக் குணம் பேச்சாளரை உயரத்துக்கு இட்டுச் செல்லும் உபாயமாகும்.

உடன் பேசுவோர் குறித்த அருமை பெருமைகளை முன்னரே அறிந்து தெரிந்து கொண்டு சபையோர் முன் எடுத்துச் சொன்னால் சபையோரும் அறிந்து கைதட்டி உற்சாகப்படுத்துவார்கள். மூத்த பேச்சாளரும் மகிழ்ச்சி அடைவார். அதுதான் சூழலுக்கேற்ப தகவமைதல்.

பேசும் வாய்ப்பு கிடைக்கும் போது, தனக்குப் பிடிக்காத ஒரு நபர் மேடையில் பேச வந்திருக்கலாம். அவரை மேடை நாகரிகம் கருதி வணங்கி வரவேற்றுப் பேசலாம். ஒரு வார்த்தை கூட அவரை அவமானப்படுத்தும் விதத்திலோ, மரியாதைக் குறைவாகவோ குறிப்பிடக்கூடாது! அதேவேளையில் தன்னுடன் பேச வந்தவர் தனக்குப் பிடிக்காதவர் என்று பிறரிடம் காட்டிக் கொள்ளவும் வேண்டாம். அவர் பெயரைக் குறிப்பிட மறந்து விடக்கூடாது. மற்றவர்களின் பெயரைச் சொல்ல மறந்தாலும் தனக்குப் பிடிக்காதவராகக் கருதப்படுவரைக் குறிப்பிடாமல் இருப்பது பேச்சாளரின் வளர்ச்சிக்கு இடையூறாக அமைந்து விடும். மாறாக, இவ்வாறு குறிப்பிடும் போது அவர் மூலம் பேச்சாளருக்குப் புதிய வாய்ப்பு கிடைக்க வழியுண்டு. எல்லோருக்கும் பேச்சாளர் ஆக வேண்டும் என்ற எண்ணமும் வருவதில்லை.

வாய்ப்புகள் வந்து எப்போது கதவைத் தட்டும் பேச்சாளன் என்றில்லை, எந்தத் துறையைச் சார்ந்தவராக இருந்தாலும் தான் சார்ந்த துறையில் ஆழங்கால் பட்டு திறமையை வளர்த்துக் கொள்ள வேண்டும். திறமையானவர் என்ற பெயர் பெற்ற பிறகு அவரைத் தேடிப் பல்வேறு வழிகளில் அழைப்பு வரும்.

சிலர் தொடக்க காலங்களில் வாய்ப்பு தேடி அலைகின்றனர். சிலருக்கு அந்த யோகம் வாய்ப்பது இல்லை. வாய்ப்பு கிடைத்தவர்கள் உழைக்கின்றனர். தொடர்ந்து ஈடுபடுகின்றனர். பேசிப்பேசி அவருக்கான தகுதி, திறமையின் அடிப்படையில் பிரபலம் அடைகிறார்கள். மக்கள் மத்தியில் வரவேற்பைப் பெறுகின்றனர்.

மேடைகளைத் தீர்மானிக்கும் கூட்டங்களில் மேடையில் பேசுவதற்கு இவர்களைத்தான் அழைக்க வேண்டும் என்று பேசி முடிவெடுக்கின்றனர்.

பேசுபவர் இன்னாராகத்தான் இருக்க வேண்டும் என்று கூட்டத்தில் தீர்மானம் எடுக்கின்றனர். சில பிரபலமான பேச்சாளருக்காக அவருடைய தேதி கிடைக்கும் வரை விழாவைத் தள்ளி வைக்கின்றனர்.

ஆக பேச்சாளருக்கு வாய்ப்பு என்பது கிடைக்கத் தொடங்கும் வரைதான். வரத் தொடங்கிய பிறகு அவரை அழைத்துவர பலர் காத்து இருப்பார்கள். மேடையில் பேச்சாளர் பேசத் தேர்ந்தெடுக்கும் பொருண்மை, பேசும் இடம், பேசுகின்ற காலம், பேசும் சூழல், உடன் பேசுவோர் ஆகிய காரணிகள் முக்கிய இடம் வகிக்கின்றன. இவற்றையெல்லாம் கணக்கிட்டு ஒருவர் பேச்சாளராகி விட்டால் அவருடைய ஆயுளுக்கும், அவருக்கென்று மக்கள் மத்தியில் தனி இடம் இருக்கத்தான் செய்யும். திருமுருக கிருபானந்த வாரியார், சுகி சிவம், நெல்லைக் கண்ணன் போன்றவர்களை உதாரணமாகச் சொல்லலாம்.

➢எழுத்தாற்றல், பேச்சாற்றல் என இரண்டும் கைவரப் பெற்றவர் தமிழ்த் தென்றல் திரு.வி.க.

மேடைகளிலும் அழகு தமிழில் பேச முடியும் எனக் காட்டியவர். மேடைப் பேச்சுக் கலைக்கு மறுமலர்ச்சி அளித்தவர். இவரது பேச்சில் எதுகையும் மோனையும் இயல்பாய் வரும்.

➢நாடறிந்த நல்ல பேச்சாளர் அறிஞர் அண்ணா. அடுக்கு மொழிப் பேச்சாளர் அறிஞர் அண்ணா. இவர் பேச்சிலும் எழுத்திலும் எதுகையும் மோனையும் அடுக்கி வந்து அழகு தரும்.

●●●

18. பேச்சு மேலாண்மை

ஒவ்வொரு தொழிலுக்கும் மேலாளர் ஒருவர் செயல்படுவார். மேலாளர் செய்யும் பணியே மேலாண்மை எனப்படும். நம்முடைய மேடைப்பேச்சுக்கலை என்பது ஒரு செயல்முறை. இந்தச் செயலை மேற்கொள்வதற்கு மேலாண்மைத் திறன் என்பது அவசியம். பேச்சாளர் ஒவ்வொருவரும் தன் பேச்சை மேலாண்மை செய்பவராக இருக்க வேண்டும்.

வணிக மேலாண்மையைப் போலவே பேச்சு மேலாண்மையும் ஒரு தனித்துறைதான். ஒரு மேடைப் பேச்சாளர் மட்டும் பேச்சாளர் அல்ல. பேசும் அனைவருமே பேச்சாளர்தான். மனிதர்கள் அனைவரும் இதில் அடக்கம்.

ஒருவர் மற்றவருடன் பேசாமல் சமூகத்தில் ஒன்றும் நடக்காது. தகவல் பரிமாற்றத்துக்கு உதவும் உபாயமாகப் பேச்சு முக்கியப் பங்கு வகிக்கிறது.

இத்தகைய பேச்சை எவ்வாறு ஒருவர் மேலாண்மை செய்வது என்று காணலாம். மேடைப் பேச்சாளர் தவிர பல்வேறு துறை சார்ந்த மனிதர்கள் பேச்சின் மூலம் காலம் தள்ளி வருகிறார்கள்.

"பேசியே காரியத்தை முடித்து விடுவானப்பா."

"பேச்சிலே இவன் கில்லாடி"

"நைசா பேச்சுவாக்குல சொல்லிவிட்டாயே?!"

"வாழைப்பழத்துல ஊசியை நுழைக்கிற மாதரி பேசுவாம்பா."

"வாய் இல்லேன்னா நாயி கூட ஒப்பாது"

"வாய் பேச மட்டும்தான் லாயக்கு. காரியத்துல ஒன்றும் கிடையாது"

என்றெல்லாம் சிலர் பெயர் வாங்குவதுண்டு.

"பேச்சைக் குறைப்போம்

பெருக்குவோம் உழைப்பை"

என்ற வாசகத்தைத் தொழிற்கூடங்களில் எழுதிப் போட்டிருப்பார்கள்.

"அரசியல் பேசாதீர்கள்" என்று டீ கடை, ஓட்டல்களில் எழுதிப் போட்டிருப்பார்கள்.

"இவன் வாயாலேயே வடை சுட்டு விடுவாம்பா" என்பது நெல்லை வட்டார வழக்கு.

இவ்வாறு மனிதர்கள் பேசுவதைக் குறித்து மக்களிடையே பேச்சு வழக்காறுகள் இன்றும் வழக்கில் உள்ளன.

'வாய்' என்பது ஐம்புலன்களில் ஒன்று. வாயால் பேசிக் கெட்ட காரியமும் உண்டு. பேசாமல் கெட்ட காரியங்களும் உண்டு. பேசி வெற்றி பெற்ற விஷயங்களும், பேசாமல் வெற்றி பெற்ற தருணங்களும் வாழ்வினில் நிகழலாம்.

பேச்சை ஓர் ஆயுதமாகப் பயன்படுத்துபவர்களும், பேசியே தன் நேரத்தையும் பிறருடைய நேரத்தையும் வீணடிப்பவர்களும் நம்மில் நிறைய பேர் உளர்.

அளவறிந்து வாழாதான் வாழ்க்கை உளபோல
இல்லாகித் தோன்றாக் கெடும்.

(திருக்குறள் 479)

எதையும் அளவோடு வைத்துக் கொண்டால் நல்லது. அளவறிந்து வாழாதவன் வாழ்க்கை இருப்பது போலத் தோன்றினாலும் இல்லாமலும் ஆகிக் கெட்டுப் போகும் என்று வள்ளுவப் பெருந்தகை அன்றே கூறியுள்ளார்.

பேச்சு மேலாண்மை

இத்தகையப் பேச்சை யார் யார் எவ்வாறு மேலாண்மை செய்ய வேண்டும்? மேடைப் பேச்சாளர் தவிர யார் யார் பேச்சைக் கொண்டு பெரும் பணியாற்றுகின்றார்கள்? என்பதையும் காணப் புகுவோம். மேடைப் பேச்சாளர் மட்டும்தான் பேச்சை நம்பி உள்ளாரா? இல்லை.

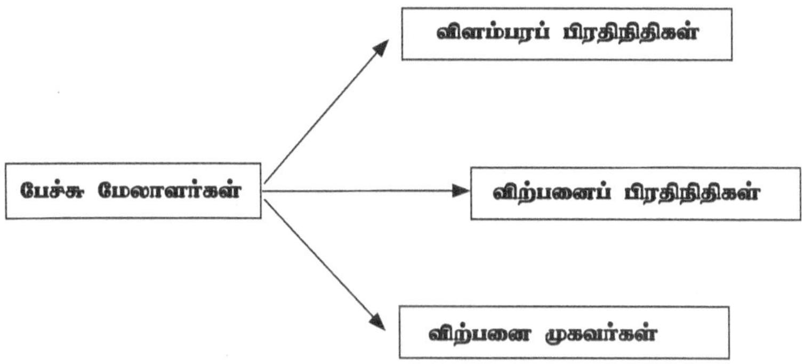

பேச்சு மேலாளர்களை மேற்கண்டவாறு மூன்று வகையாகவும் பிரித்துக் கொள்ளலாம்.

1. விளம்பரப் பிரதிநிதிகள்
2. விற்பனைப் பிரதிநிதிகள்
3. விற்பனை முகவர்கள்

இவர்கள் மூவகையினரும் பேசியே காரியம் சாதிப்பதில் முக்கியப் பங்கு வகிக்கிறார்கள்.

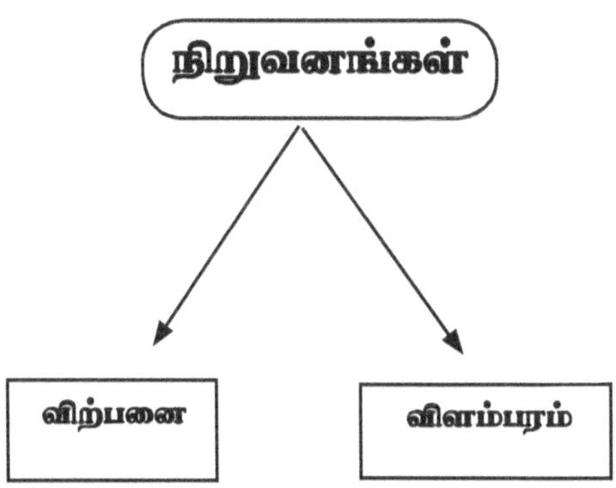

அரசு, தனியார் நிறுவனங்களாக இருந்தாலும்

1. விற்பனை நிறுவனம்

2. விளம்பர நிறுவனம்

என்று இரண்டாகப் பகுக்கலாம்.

விற்பனை செய்ய வேண்டிய பொருள் குறித்த உண்மையான தகவல்கள், அதனைப் பயன்படுத்தும் விதம் குறித்து மக்கள் அல்லது நுகர்வோர் மத்தியில் விளம்பரம் செய்ய வேண்டும். போட்டிகள் நிறைந்த உலகத்தில் விளம்பரமின்றி எதுவும் நடக்காது என்ற நிலையே இன்று உள்ளது.

நடிகர்கள், நடிகைகள், கிரிக்கெட் பிரபலங்கள் கொண்டு விளம்பரப் படம் எடுத்து வசனங்களை எழுதி நுகர்வோரை வாங்கத் தூண்டுமளவிற்கு கவர்ச்சியாக விளம்பரம் தயாரிக்கப்படும். அதனை மக்கள் மத்தியில் கொண்டு சேர்த்து விற்பனையைப் பெருக்கும் வேலையைப் பிரதிநிதிகள் செய்து வருகிறார்கள்.

இவர்களுக்குப் பேச்சுத்திறமை வேண்டும்.

"கரி இல்லை; உப்பு இல்லை"

என்று விளம்பரம் செய்த நிறுவனங்களே

"டூத் பேஸ்ட்டுல உப்பு இருக்கு"

என்று காலமாற்றத்துக்கேற்ப விளம்பரம் செய்கிறது.

சந்தைப்படுத்துதல் (Marketing)

தயாரிப்புப் பண்டங்களை மக்கள் பயன்பாட்டுக்குக் கொண்டு சேர்க்கும் விதத்தில் சந்தைப்படுத்துதல் நடைபெறுகிறது. இந்த நேரங்களில்

1. விற்பனைப் பிரதிநிதிகள்

2. விளம்பரப் பிரதிநிதிகள்

இருவகையினரும் விற்பனை முகவர்களுக்குத் தேவைப்படுகிறார்கள்.

விற்பனை முகவர்கள் நேரடியாகப் பொருளைச் சந்தைப்படுத்துதல் இயலாத காரியம். மேற்சொன்ன இரண்டு

வகையான பிரதிநிதிகளை வைத்துதான் நுகர்வோரைச் சென்றடைய முடியும். இவர்களுக்கு முக்கிய ஆயுதமாகப் பயன்படும் உத்தி "பேச்சுக்கலை".

விற்பனை செய்வதற்கு நேரடியாக நுகர்வோரை அணுகுதல் ஒருமுறை. வீட்டுக்கு வீடு விற்பனைப் பொருளை எடுத்துச் சென்று மக்களிடம் எடுத்துக் கூறி விற்பனை செய்வது இவ்வகை.

"வந்து அலைகிறார்களே! பாவம்! இவங்களுக்காக வேண்டி ஏதாவது வாங்குவோம் என்ற எண்ணத்தை மக்கள் மனதில் தூண்டும் விதத்தில் பேசுவார்கள்.

இவர்களின் பேச்சுத் திறமையைக் கொண்டு பொருள் விற்பனை பெருகவும் வாய்ப்பு உண்டு.

பெரிய பெரிய Dictionary பல தினுசுகளில் எடுத்துக்கொண்டு ஆணும் பெண்ணும் சேர்ந்து வாசலுக்கு வருவார்கள். அவர்களிடம் கேட்டால், நாங்கள் ஏதோ ஒரு பல்கலைக் கழகத்தில் படிக்கிறோம். எங்கள் ஆசிரியர்கள் இந்த நூல்களை விற்பனை செய்வதால் Marketing என்ற பேப்பரில் மதிப்பெண் கிடைக்கும் என்றும் சொல்வார்கள். அதில் எந்த அளவு உண்மை இருக்கிறதோ இல்லையோ மக்களைக் கவரும் விதத்தில் அமைகிறது.

Water Purifier, Vaccum Cleaner போன்ற வீட்டு உபயோகப் பொருட்கள் விற்பனை செய்யவரும் நபர்கள் தன் நாவண்மையால் வீட்டிலுள்ள பெண்டிரைக் கவரும் விதத்தில் பேசிப் பேசியே எப்படியாவது தம் பொருளைத் தலையில் கட்டிவிடுவதை நோக்கமாகக் கொண்டிருப்பார்கள். அது அவர்களுடைய தொழில் தர்மம். இவர்களுக்கு நிரந்தர மாதச் சம்பளம் கம்பெனியில் கொடுக்க மாட்டார்கள். எத்தனை ரூபாய்க்குத் தம் கம்பெனி தயாரிப்பு விற்பனை செய்யப்படுகிறதோ அந்தத் தொகையில் ஒரு குறிப்பிட்ட சதவீதம் மட்டுமே மாத வருமானமாகத் தரப்படும் அவலநிலை உள்ளது. வேலையில்லாப் பட்டதாரிகள் இந்த நிலைக்கு ஆளாகிறார்கள்.

விற்பனைப் பிரதிநிதிகள்

விற்பனை முகவர்கள் அடுத்து பயன்படுத்துவது விளம்பரப் பிரதிநிதிகளைத்தான் (Advertisement Representatives). நான் கல்லூரியில் எம்.ஏ.எம்.ஃபில், டிஜிடி. முடித்து பி.எச்.டி. என்ற முனைவர் பட்டம் நிறைவு செய்து வேலை தேடிய காலத்தில் எனக்கு முதலில் கிடைத்த வேலை விளம்பரப் பிரதிநிதி வேலைதான்.

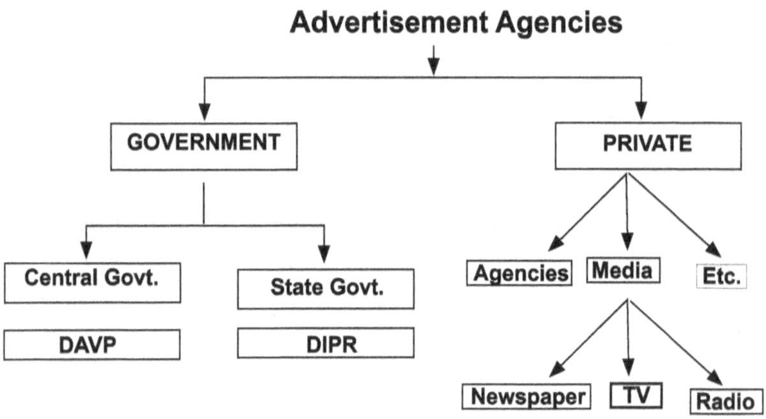

தனியார் நிறுவனத்தில் வேலைக்குச் செல்வதும் கரண்ட் ஷாக் அடிப்பதும் ஒன்றுதான். ஷாக் அடித்ததும் உயிரை உறிஞ்சிவிட்டு உடலைச் சக்கையாகக் கீழே போடும். அது போல நம் உழைப்பை இரத்தமாகவும் வியர்வையாகவும் சுரண்டிவிட்டுச் சக்கையாக விடுவார்கள்.

1993இல் தனியார் பத்திரிகையில் மாதம் 700 ரூபாய் சம்பளத்தில் வேலைக்குச் சேர்ந்தேன். மாதந்தோறும் அந்தப் பத்திரிகைக்கு அலைந்து திரிந்து ஆயிரக்கணக்கான ரூபாய்க்கு விளம்பரம் வாங்கிக் கொடுப்பேன். அதில் எந்தக் கமிஷனும் நமக்குக் கிடையாது. அதுபோல இளைஞர்கள் பலரை வேலை தருவதாக அழைத்து விற்பனையைப் பெருக்கும் விதத்தில் விளம்பரம் செய்யப் பிரதிநிதியாகப் பயன்படுத்துவார்கள்.

பேச்சு வன்மை அந்தத் தொழிலுக்கு முக்கியமாகத் தேவை.

"பொய்ம்மையும் வாய்மையிடத்த; புரைதீர்ந்த
நன்மை பயக்கு மெனின்" - குறள்-292

என்ற குறளுக்கேற்பச் சில, பல பொய்களைச் சொல்லி விளம்பரம் சேகரிப்போம்.

விளம்பரம் செய்வதற்கும், பத்திரிக்கை, தொலைக்காட்சி, வானொலி போன்ற நிறுவனங்களுக்கு விளம்பரம் வாங்குவதற்கும் பேச்சுத்திறமை வேண்டும்.

ஆக, மேடைப் பேச்சாளர் மட்டுமல்ல, விற்பனைப் பிரதிநிதிகளும், விளம்பரப் பிரதிநிதிகளும் பேச்சு மேலாண்மை உள்ளவர்களாக இருந்தால்தான் தொழிலைச் சிறப்பாகச் செய்ய முடியும் என்பதையும் நினைவிற் கொள்ள வேண்டும்.

இன்னும் கொஞ்சம் சிறப்பாகச் சொல்ல வேண்டுமானால், பேச்சு மேலாண்மை என்பதைப் பேச்சு வேளாண்மை என்று கூடச் சொன்னால் பொருத்தமாக இருக்கும். பேச்சு மேலாண்மையில் தொழில் பயிர்கள் பெருகுகின்றன. தொழிலதிபர்கள் உண்டு கொழுக்கின்றனர். மக்கள் கண்டு களிக்கின்றனர்.

➢ பேச்சைத் தொடங்குவது நன்றாக இல்லாவிட்டால் பார்வையாளர்களுக்கு பேச்சு குறித்து நல்ல எண்ணம் வராது.

➢ தொடக்க உரைக்குப் பிறகு பேசவந்த பொருளை விவரித்துப் பேசுவது நறுமணம் கொண்ட மலர்களை நாரில் தொடுப்பது போன்று இருக்க வேண்டும்.

➢ பேச்சின் கருத்தை சுருங்கக் கூறி முடித்தல், உணர்ச்சியைத் தூண்டும் வகையில் கூறி முடித்தல், பாராட்டி முடித்தல், பொருத்தமான கவிதை கூறி முடித்தல் என பேச்சினை முடிக்கும் முறைகள் பல உண்டு.

●●●

19. இலக்கியத்தில் சொல்லின் செல்வன்

பொதுவாகச் சிலர் பேசினால் சபையோர் கேட்டுக் கொண்டே இருப்பார்கள். சிலர் வாயைத் திறந்தாலே இடத்தைக் காலி செய்து விடுவார்கள்.

"சிலர் சொல்லின் செல்வர் என்று நினைப்பது போல இல்லை. இவர் 'சொல்லின்' மக்கள் செல்வர்'' என்று வாரியார் கேலி பேசுவார். கம்பராமாயணத்தில் 'சொல்லின் செல்வன்' என்று அனுமனைக் குறிப்பிடுவார்கள். சீதையை 'கற்பின் கனலி' என்று கூறும் கம்பர் அனுமனை இராமன் வாயிலாக 'சொல்லின் செல்வன்' என்று குறிப்பிடுவார்.

இராம இலக்குவர் இருசியமுக – பர்வதம் நோக்கி வருகின்றனர். அவர்களைப் பற்றி அறிய அனுமன் வருகிறான். இராமன் "நீ யார்?'' என்று வினவ,

"
....

கஞ்சம் ஒத்து அலர்ந்த செய்ய கண்ண !யான் காற்றின் வேந்தர்க்கு
அஞ்சனையின் வயிற்றில் வந்தேன்; நாமமும் அனுமன் என்பேன்"

(அனுமப் படலம் 17)

''சொல்லின் செல்வன்'' என்ற தன் கட்டுரையில் பேராசிரியர் முனைவர் க. நஞ்சையன் பின்வரும் கருத்துகளைத் தருகிறார். அதனை மேற்கோளாக இந்நூலின் சுருக்கமாகத் தருகிறேன்.

அனுமனின் பேச்சாற்றல்

இராமகாதை முழுவதும் அனுமன் பேசும் காட்சிகளில் அவனுடைய சொல்லாட்சி புலப்படுகிறது. இராமனைப் பார்த்த அனுமன், "தேவ நும் வரவு" என்று கூறுவதிலிருந்து அவனது பணிவு தெரிகிறது.

பேச்சு என்பது அருமையானது. இந்தப் பேச்சுத்திறன் கற்ற அறிவாலும் கேள்வியறிவாலும் ஏற்படும். அனுமன் இவற்றில் சிறந்து விளங்குகிறான். அனுமனின் பேச்சாற்றலை பேராசிரியர் நஞ்சையன் பின்வருமாறு பகுக்கிறார்.

1. அன்பாகப் பேசுதல்
2. நிதானமாகப் பேசுதல்
3. இனிமையாகப் பேசுதல்
4. ஆழமுடையதாகச் சிந்தித்துப் பேசுதல்
5. சமயமறிந்து பேசுதல்
6. சபையறிந்து பேசுதல்
7. தன் கருத்தை வலியுறுத்திப் பேசுதல்
8. இரு பொருட்படப் பேசுதல்
9. குறிப்பால் உரைத்தல்
10. வகைப்படுத்திக் கூறும் திறன்.

1. அன்பாகப் பேசுதல்

பொதுவாக நமக்கு நன்கு தெரிந்தவர்களிடம் அன்பாகப் பேசுவோம். தெரியாதவர்களிடம் அன்பு காட்ட மாட்டோம். ஆனால் அனுமன் அனைவரிடமும் அன்பொழுகப் பேசுகிறான். இலங்கை நோக்கி அனுமன் செல்லும்போது வழியில் வந்த மைந்நாகமலை அனுமனிடம் தன்னிடத்தே இளைப்பாறிச் செல்லுமாறு வேண்டுகிறது. அதற்கு அனுமன் சமாதானமாகப் பதில் கூறுவது அன்பைப் புலப்படுத்துகிறது.

"பெருந்தேன் பொழிசாரணி னன்பு பிணித்த போதே
இருந்தே னுகர்ந்தேனி தினூங்கினி யீவதுண்டே"

(கடறாவுப் படலம் 59)

2. நிதானமாகப் பேசுதல்

எதிராளி கோபப்படும் போது நாம் நம் நிதானத்தை இழந்து விடுவோம். ஆனால் அனுமன் அவ்வாறு இல்லை. சீதையைத் தேடி அனுமன் இலங்கை வந்தபோது இலங்காதேவி "நில்லாய் நில்லாய்" என்று கூறித் தடுக்கிறார். "இவ்வூர் நலம் காண வந்தேன்" என்கிறான். அவன் தைரியத்தைக் கண்டு இலங்காதேவி கோபமாக,

"நான் போ என்று சொல்லியும் போகாமல் எதிர்மாற்றம் சொன்ன நீ யாரடா?'' என்று கோபாவேசமாகப் பேசுகிறாள்.

அனுமனோ நிதானம் தவறாமல் சிரித்துக் கொண்டே "இந்த ஊரினுள் புகாமல் செல்ல மாட்டேன்" என்கிறான். தன்னைத் தகாத வார்த்தைகள் பேசிய போதும் நிதானமாகப் பதில் கூறும் அனுமனின் பேச்சாற்றலைக் கம்பன் நமக்குத் தருகிறான்.

3. இனிமையாகப் பேசுதல்

அசோக வனத்தில் சீதை இராமனை எண்ணிப் பலவாறு புலம்பியவண்ணம் இருக்கிறாள். சீதை முன் அனுமன் தோன்றி, 'தான் அஞ்சனை சிங்கம். இராமபிரான் அனுப்பிய தூதுவன் நான்' என்று இனிமையாகத் தன்னைப் பற்றித் தானே அறிமுகம் செய்து கொள்கிறான்.

ஒரு மாதத்திற்குள் இராமபிரான் வராவிட்டால் தான் உயிர் விடுதல் திண்ணம் என்று சீதை கோபமாகக் கூறுகிறாள். இவ்வாறு கோபமாகப் பேசுபவரிடம் அவர் போக்கில் பேசிச் சமாதானப்படுத்தி அன்பாகப் பேசுவது நல்ல மாண்பு. இத்தகைய மாண்புடையவனாக அனுமன் படைக்கப்பட்டுள்ளான்.

"தங்களைச் சிறை வைத்த அரக்கன் உயிர் வாழ்வானாம். வில் வீரர்களான இராம இலக்குவர்கள் ஒன்றும் செய்யாமல்

அயோத்திக்குத் திரும்பிப் போய்விடுவார்களாம்.'' என்று அனுமன் வேடிக்கையாகப் பேசுகிறான்.

4. ஆழமுடையதாகச் சிந்தித்துப் பேசுதல்

"சொல்லுக சொல்லிற் பயனுடைய" என்ற குறட்பாவுக்கேற்ப அனுமன் வாயிலிருந்து வருகின்ற சொற்கள் பயனுள்ள சொற்களே. வெற்றுச் சொற்கள் அனுமனிடம் எள்ளளவும் இல்லை.

அரக்கர்களை இராமன் அடியோடு அழித்து விடுவான் என்ற சிந்தனையை ஆழமாகச் சிந்தித்து அனுமன் பேசுவதாக அமைத்துள்ளார்.

"பேய்களும் பறவைக் கூட்டமும் அரக்கர்களின் இரத்த வெள்ளமாகிய கடலில் மூழ்கி அரக்கியரது கண்ணீர்ப் பெருக்காகிய நதியில் நீராடுவதைப் பாருங்கள். அரக்கர்களின் பிணங்களால் கடல் தூர்ந்து விடுவதையும் இலங்கை வெந்து உருகுவதையும் காணுங்கள்.... கணக்கற்ற அரக்கர்களின் உயிர்களைக் கொண்டு செல்ல முடியாமல் சோர்வடைந்து நின்று பெருமூச்சு விடுவதையும் பாருங்கள்" என்று இனிய மொழி பேசிய, "இராமன் விரைவில் உங்களைக் காண வருவார். அமைதியாக இருங்கள்'' என்று சொல்லின் செல்வன் பேசுகிறான்.

விபீடணன் அடைக்கலம்

விபீடணனை இராமனுடன் சேர்க்கப் பலரும் எதிர்ப்பு தெரிவிக்கின்றனர். ஆனால், அனுமனோ ''தூதாகச் சென்ற என்னை 'இவனைக் கொல்லுங்கள்'' என்று இராவணன் அரக்கர்களுக்குக் கட்டளை இட்டபோது 'தூதாக வந்தவனைக் கொல்லக்கூடாது' என்று தடுத்தவன் இவனே, இவனைச் சேர்த்துக் கொள்வதில் தவறில்லை'' என்று கூறுகிறான்.

5. சமயமறிந்து பேசுதல்

பேசும் சமயம் என்ன? சரிதானா? என்று ஆலோசித்துப் பேசினால் பேச்சு ஏனையோரைக் கவரும் என்பதில் ஐயமில்லை.

"ஆறு துயரஞ்சொல்லின வஞ்சி அடியேன்தோள்
ஏறுகடி தென்று தொழு தின்னடி பணிந்தான்"

(5:6:10)

என் தோள்களில் ஏறுங்கள். தங்கள் துயர் இன்றோடு தீர்ந்தது. எதிர்க்கும் அரக்கர்களைக் கொன்று குவிப்பேன். தங்கள் நிலைமையைப் பார்த்தபிறகு வெறுங்கையோடு இராமபிரானிடம் திரும்ப மாட்டேன்'' என்கிறான் அனுமன்.

6. சபை அறிந்து பேசுதல்

இராவணன் சபையில் அனுமன் சபையறிந்து பேசுகிறான்.

"அவையறிந் தாராய்ந்து சொல்லுக சொல்லின்
தொகையறிந்த தூய்மை யவர்".

(குறள் 711)

எனும் வள்ளுவரின் வாய்மொழிக்கேற்ப அனுமன் அளவறிந்து பேசுகிறான்.

இந்திரசித்து தன் பிரம்மாத்திரத்தால் அனுமனைக் கட்டி இராவணன் முன்பு நிறுத்துகிறான். இராவணன் கோபத்துடன் "சிவனா? திருமாலா? இந்திரனா? அல்லது ஆதிசேடனா?" என்றெல்லாம் கேட்கிறான்.

''நீ சொன்ன யாருமல்லன். அந்த அற்ப பலம் கொண்டவர்களுக்கு நான் அடிமை செய்யவில்லை. மும்மூர்த்திகளுள் ஒரு அவதாரமான இராமன் என்ற வில் வீரனின் தூதன் நான்" என்று வீரத்தோடும் விவேகத்தோடும் அனுமன் அவையறிந்து பேசுகிறார்.

7. தன் கருத்தை வலியுறுத்தப் பேசுதல்

"இராமன் வரமாட்டார்'' என்று சீதை விரக்தியுடன் பேசுகிறாள். அதற்குப் பதிலுரைத்த அனுமனோ (?)

"இங்கு மாபெரும் வானர சேனை வந்து சேரும் பொழுது அதன் நடுவில் இராமரை என் புயத்தின் மீதும் இலக்குவரை அங்கதன் புயத்தின் மீதும் பாருங்கள். துன்பத்தின் காரணமாகக் கொள்ளும் சந்தேகத்தை விட்டொழியுங்கள்.

தாங்கள் குறித்த நாளுக்குள் வந்து தங்களை இராமர் மீட்கவில்லை என்றால் அந்தப் பழியும் பாவமும் பற்றுவதற்கு அவர் இராவணன் அல்லவே?! இராமர் அல்லவா? என்று சொல்லின் செல்வன் தன் கருத்தைச் சீதாதேவியிடம் வலியுறுத்திப் பேசுகிறான்.

8. இருபொருள்படப் பேசுதல்

அனுமன் சீதை உரையாடும்போது, "சீதாதேவியே நீங்கள் இங்கு இருப்பதை இராமபிரான் அறிந்திலர். அறிந்திருந்தால் வந்திருப்பார். அவர் வரின் அரக்கர்கள் அழிந்திருப்பர்.

1. முன்பு தன் அரசினைப் பரதனுக்கு நல்கினான்.

2. அண்மையில் வாலியிடமிருந்து அரசை வாங்கி தம்பி சுக்ரீவனுக்கு அளித்தான் என்ற இருபொருள்பட

"பின்ன வற்கரசு நல்கித் துணையெனப் பிடித்தான்..."

என்ற வரியில் காணலாம்.

9. குறிப்பால் உணர்த்தல்

இராமனிடம் வந்து தான் சீதையைக் கண்ட செய்தியை அனுமன் கூறுமிடத்தில் குறிப்பால் உணர்த்தும் செயல் புலனாகிறது.

"கண்டெனன் கற்பினுக் கணியைக் கண்களால்"

(3:15:58)

இராமனுடைய ஆவலை உணர்ந்த அனுமன் கண்டேன்! கற்பினுக்கு அணியை! என் கண்களால்! என்று கூறுவதிலிருந்து தன்னம்பிக்கையுடன் கூடிய வார்த்தைகள் குறிப்பால் உணர்த்துவிதமாகப் பேசப்படுவதைக் காணலாம்.

10. வகைப்படுத்திக் கூறும் திறன்

ரிசிய முகத்துக்கு இராமன் வந்த வரலாற்றைக் கூறுவதிலும் இராமனிடம் இலங்கையில் சீதையைக் கண்ட விதத்தைக் கூறும் மொழிகளிலும் காண்கிறோம்.

சீதை இராமனைப் பற்றி அனுமனிடம் கேட்கும்போது வகை பிரித்துப் பேசுகிறான். சீதையின் பிரிவால் இராமன் கோதாவரியையும் மலையையும் மான்களையும் பார்த்துப்

புலம்பியது போன்ற நிகழ்வுகளை அனுமன் வகை பிரித்துக் கூறுவதாக அமைந்துள்ளது.

"தாங்கள் கூறிய அடையாளங்களைக் கூறி, கணை யாழியையும் கொடுத்தேன். அதை வாங்கி ஆயிரம் கலசங்களின் அளவுக்குத் தன் கண்ணீரால் நீராட்டுவித்து எதுவும் சொல்லாமல் பெருமூச்சு விட்டார். தாங்கள் இருக்கும் இடம் தெரியாமல்தான் இராமபிரான் வரவில்லை. தெரிந்தால் வந்திருப்பார் என்று கூறினேன். இன்னும் ஒரு மாதத்திற்குள் தாங்கள் சென்று அவரை மீட்கத் தவறினால் உயிரை விட்டு விடப் போவதாகக் கூறினாள். தனது சூடாமணியையும் எடுத்து அடையாளமாக என்னிடம் கொடுத்தனுப்பினார். இதோ பாருங்கள்" என்று சொல்லுகிறான் அனுமன்.

ஆக, இராமகாதையில் 'சொல்லின் செல்வன்' அனுமன் அன்பாக, நிதானமாக அவையறிந்து, குறிப்பறிந்து, பேசுவதில் வல்லவனாகத் திகழ்கிறான் என்பதற்குச் சான்றுகள் கண்டோம். இதுபோன்ற பாங்கில் பேசிப் பழகினால் பேச்சாளர் ஒவ்வொருவரும் தம் துறையில் வெற்றி பெறலாம் என்பது திண்ணம்.

நன்றாகக் கற்ற பின்னரும் சபையில் அதை அழகாக எடுத்துச் செல்ல முடியாதவன் மலர்ந்தும் நல்ல மணம் பரப்பாத பூக்களுக்கு ஒப்பாவான்.

கேள்வி ஞானத்தால் துளைக்கப்படாத காதுகள் மற்ற ஒலிகளைக் கேட்கும் நல்ல காதுகளாக இருந்தாலும் அவை செவிட்டுக் காதுகளே.

ஒரு மொழியைக் கற்கவும், நமது கருத்துகளை எடுத்துச் சொல்லவும் பேச வேண்டும். வார்த்தைகளை அளந்து பேச வேண்டும்.

ஒருவன் தனக்கும் பிறருக்கும் பயன் தரத்தக்க சொற்களையே பேச வேண்டும். பயன் தராத சொற்களைப் பேசுவதைத் தவிர்க்க வேண்டும்.

– திருவள்ளுவர்.

●●●

20. அறிஞர் அண்ணா

இலண்டன் மாநகரில் நடைபெற்ற கூட்டத்தில் அறிஞர் அண்ணா கலந்து கொள்ளச் சென்றார். 'Complete", 'finished" என்ற இரண்டு சொற்களுக்கும் வித்தியாசம் என்ன? என்று கேட்டார்களாம். கூட்டத்தில் ஒரு பகுதியினர் இரண்டுக்கும் வித்தியாசம் இல்லை என்று கூறினார்களாம்.

அறிஞர் அண்ணா கூறியதாவது:– "நீங்கள் ஒரு சரியான பெண்ணைத் திருமணம் செய்தால் உங்கள் வாழ்க்கை 'Complete'. அதுவே, நீங்கள் ஒரு தவறான பெண்ணைத் திருமணம் செய்தீர்களானால் உங்கள் வாழ்க்கை 'finished'.

அதுவே அந்த ஒரு சரியான பெண் உங்களை ஒரு தவறான பெண்ணுடன் கையும் களவுமாகப் பிடித்துவிட்டால் உங்கள் வாழ்க்கை 'Completely finished' என்றாராம்.

இந்த விளக்கத்தைக் கேட்டு ரசித்த கூட்டத்தினர் எழுந்து நின்று 5 நிமிடங்கள் கைதட்டினராம்.

Because

ஒரு முறை அறிஞர் அண்ணாவிடம் ஒரே வார்த்தையை ஒரு வாக்கியத்தில் மூன்று முறை தொடர்ந்து பயன்படுத்த முடியுமா? என்ற சவாலுக்கு விடையாக அவர் பேசியது:

"No Sentence can end with because, Because because is a Conjunction.

1945 ஆம் ஆண்டு அண்ணாமலைப் பல்கலைக்கழகத்தில் புரட்சிக் கவிஞர் பாவேந்தர் பாரதிதாசன் படத்திறப்பு விழாவின்போது பேசியது!

"அது இருக்க இது ஏன் என்று மேல்நாடுகளிலே கருதி இருப்பார்களானால் ஆளில்லா விமானத்திற்குப் பிறகு அணுகுண்டு கண்டு பிடித்திருக்க முடியுமா? தொல்காப்பியம் நமக்கு இருக்கும்போது நமக்கு வேறென்ன வேண்டும் என்றிருந்தால் அகமும் சிலப்பதிகாரமும் கிடைத்திருக்க வழியுண்டா? சிலப்பதிகாரமே போதும் என்றிருந்தால் கலிங்கத்துப்பரணி கிடைத்திருக்குமா? கலிங்கத்துப்பரணியே போதுமென்றிருந்தால் பாரதியாரின் தேசிய கீதங்களைக் கேட்டிருக்க முடியுமா? பாரதியாரின் தேசிய கீதங்களே போதுமென்றிருந்தால் தேசிய விநாயகம் பிள்ளையின் தாயினுமினிய அன்பு குழைத்தூட்டும் பாக்களைப் பார்த்திருக்க முடியுமா? முடியாது. தேசிய விநாயகம் பிள்ளையே போதுமென்றிருந்தால் நாமக்கல்லாரின் ''கத்தியின்றி இரத்தமின்றி யுத்தமொன்று வருகுது" என்ற புது மாதிரியான சண்டை தத்துவப் பாடலைக் கேட்டிருக்க முடியுமா? அதுபோலத்தான் நாமக்கல்லாரே போதுமென்றிருந்தால் "கொலை வாளினை எடடா! மிகு கொடியோர் செயல் அறவே" என்ற பாரதிதாசனின் உணர்ச்சிமிக்க புரட்சிகரமான பாடலைக் கேட்டிருக்க முடியாது" என்று அறிஞர் அண்ணா தான் எழுதியிருந்த 'ஏ! தாழ்ந்த தமிழகமே!" என்ற நூலில் பதிவு செய்திருப்பார். இந்தச் சொற்பொழிவிலிருந்து அண்ணாவுடைய தமிழ்மொழி பரந்துபட்ட தமிழ் அறிவை உய்த்துணர முடியும்.

நாடாளுமன்றத்தில் தனது கனல் தெறித்த பேச்சின்மூலம் அகில இந்தியத் தலைவர்களின் கவனத்தை ஈர்த்தார். அண்ணாவின் ஆங்கிலப் புலமை வட இந்தியப் பாராளுமன்ற உறுப்பினர்களை வாயடைக்கச் செய்தது.

●●●

21. கலைவாணர்

கலைவாணர் என்.எஸ். கிருஷ்ணன் ரசிகர்கள் புடைசூழ உரையாடிக் கொண்டிருந்தார்.

“மதுரைக்குச் சென்றிருந்தேன். அங்கே வைகையில் கழுத்தளவு தண்ணீர் இருந்துதுங்கோ” என்றாராம்.

இரசிகர்கள் திகைப்புடன் “என்னங்க கதை விடுறீங்களா? வைகையிலாவது கழுத்தளவு தண்ணீராவது?” என்று கேட்டார்களாம்.

கலைவாணர் தனக்கே உரிய பாணியில் “கழுத்தளவு தண்ணீர் உண்மைதானுங்கோ. ஆனால், தலைகீழா நிக்கணுங்கோ” என்று கூற இரசிகர்கள் குலுங்கிக் குலுங்கிச் சிரித்தனர்.

நகைச்சுவையில் சமூக சீர்திருத்தக் கருத்துகளை நுழைத்து சினிமா ரசிகர்களைச் சிரிக்க வைத்ததோடு சிந்திக்கவும் வைத்தவர்.

‘சிந்திக்கத் தெரிந்த மனித குலத்துக்குச் சொந்தமானது சிரிப்பு’ என்ற பாடல் ஒன்றே இவரது நகைச்சுவை கலந்த சமூகச் சிந்தனைக்கு எடுத்துக்காட்டாகும்.

●●●

22. திரு.வி.க.

திரு.வி.க. ஒரு தலைசிறந்த மேடைப் பேச்சாளர். மடைதிறந்த வெள்ளமென உணர்ச்சியும் எழுச்சியும் எழுப்பும் கருத்தாழமுள்ள பல உரைகளை நிகழ்த்துபவர். கட்டிப் போடுகின்ற பேச்சாற்றல் கொண்டவர். கேட்பாரைப் பிணிக்கும் தன்மையுடன் கேளாரையும் கேட்க விரும்ப வைக்கும் வகையினதாய் மாற்றாரையும் மயக்கி தன்வசம் ஈர்க்கும் வண்ணம் அமைந்தவை அவரது மேடைப் பேச்சுகள்.

புதிய உரைநடையின் தந்தை, மேடைப் பேச்சின் தந்தை எனப் போற்றப்பட்டவர்.

தமிழ்த் தென்றல், பேச்சுப்புயல் எனப் பலவாறு போற்றப்பட்டவர்.

பூக்களிலே சிறந்த பூ என்று திரு.வி.க. அவர்கள் பருத்திப் பூவைக் கூறினார். ஏனென்றால் மற்ற பூக்களெல்லாம் பூத்து மலராகி உதிர்ந்து விடும். ஆனால் பருத்திப் பூவோ பூத்து மலராகி, பஞ்சாகி, நூலாகி, துணி ஆகி ஆடை ஆகி மனிதனின் மானம் காத்து நிற்கும் என்றார்.

●●●

23. அறிஞர் கி.வா. ஜகந்நாதன்

தமிழில் சிலேடையாகப் பேசுவதில் வல்லவர் கி.வா. ஜகந்நாதன். இதற்கு நிறைய உதாரணங்கள் கூறலாம்.

கி.வா.ஜ.வின் தாயார் வீட்டில் அவருக்கு முந்திய நாள் இரவு செய்த உப்புமாவைத் தந்து சாப்பிடச் சொல்லி இருக்கிறார். இவரோ வேண்டவே வேண்டாம் என்று அடம் பிடித்து இருக்கிறார்.

"உனக்கு உப்புமா தொண்டையில் குத்துகிறதோ?!" என்று தாயார் கேட்க,

"ஆமாம் குத்துகிறது; ஊசியிருக்கிறது" என்றாராம். உப்புமா கெட்டுப் போய் விட்டது என்பது ஒரு பொருள். வழக்காற்றில் நாம் ஊசிப்போய் விட்டது என்றுதான் சொல்வோம். இது இரட்டுற மொழிதலாகும். இதுபோல சிலேடை பேசுவதில் கி.வா.ஜ. வல்லவர்.

ஒரு ஊருக்கு கி.வா.ஜ. பேசச் சென்றார். அவருக்குச் சிற்றுண்டி செய்தவர்,

"தங்களுக்குப் பூரி பிடிக்குமா?" என்று கேட்டார்.

அதற்கு இவர் "ஜகந்நாதனுக்குப் பூரி பிடிக்காமல் இருக்குமா?" என்று பதில் சொல்ல அனைவருமே சிரித்தனராம்.

✪✪✪

ஒரு கல்யாண வீட்டில் சாப்பிட்டு முடித்துக் கை கழுவ வந்தார் கி.வா.ஜ. ஒரு அன்பர் செம்புத் தண்ணீர் கொடுத்து கை கழுவத் தந்தார்.

"சாதாரணமாக நீரில்தான் குவளை இருக்கும். இங்கே குவளையில் நீர்!" என்றாராம்.

✪✪✪

'இம்மை – மறுமை' என்ற தலைப்பில் பேச கி.வா.ஜ. அழைக்கப்பட்டிருந்தார். அவர் பேச ஆரம்பித்ததும் மைக் கோளாறாகி விட்டது.

அதை அகற்றிவிட்டு வேறு மைக் வைத்தார்கள். அதுவும் கொஞ்ச நேரத்தில் சரியாகச் செயல்படாமற் போனதாம்.

உடனே கி.வா.ஜ. "இம்மைக்கும் சரியில்லை; அம்மைக்கும் சரியில்லை" என்று அவர் பேச வந்த தலைப்புக்கேற்ப பேசவே சபையோர் ரசித்துச் சிரித்தனர்.

✪✪✪

தொடர்ந்து கூட்டங்களில் பேசச் சென்றார் கி.வா.ஜ. தொண்டையில் சளி பிடித்தது. இருமல் வந்தது. விழாக் குழுவினர் அவருக்கு Cough Syrup வாங்கிக் கொண்டு வந்து தந்தனராம். "இதைத்தான் கற்றோருக்குச் சென்ற இடமெல்லாம் Syrup – சிறப்பு என்கிறார்களோ?! என்றாராம்.

✪✪✪

கிருபானந்தவாரியார் கலந்து கொண்ட விழாவில் கி.வா.ஜ. சுவாமிகளுக்குப் பொன்னாடை போர்த்தியதும் "நூல் தந்த வாரியாருக்குப் பதிப்பாளர் ஆடை தருகிறார்" என்றார். சிரித்தனர். அடுத்து இறைவணக்கம் பாடிய சிறுமிக்கு கி.வா.ஜ. பேனா பரிசளித்தார். "நாவால் பாடிய சிறுமியைக் கி.வா.ஜ. தன் பே'னா'வால் கௌரவிக்கிறார்" என்று வாரியார் சிலேடையாகப் பேச அரங்கமே சிரித்தது.

✪✪✪

ஒரு கடை முதலாளி வீட்டு விருந்தில் கி.வா.ஜ. கலந்து கொண்டார். கடையில் வேலை பார்க்கும் ஒரு பையன்

மட்டும் இல்லாததைக் கண்டு கி.வா.ஜ. முதலாளியிடம் அவனைப் பற்றி விசாரித்தார்.

"அவன் கடையைப் பூட்டிவிட்டு வந்து அடுத்த பந்தியில் கலந்து கொள்வான்" என்று பதிலுரைத்தார்.

"ஓஹோ! கடை சிப்பந்திக்குக் கடைசிப் பந்தியா?" என்று கேட்டாராம் கி.வா.ஜ.

ஒரு நண்பரின் வீட்டுக்கு கி.வா.ஜ. போயிருந்தார். நண்பரின் மனைவி விளாம்பழத்தில் வெல்லம் போட்டுப் பிசைந்து அன்போடு கொண்டு வந்து உபசரித்தார்.

அதை வாங்கி உண்ட கி.வா.ஜ. "மாதுளங்கனி அருமை என்று பாராட்டினார்.

"மாதுளங்கனியா! நான் தந்தது விளாம்பழம் அல்லவோ?" என்று அந்த அம்மையார் குழப்பத்துடன் கேட்டார்.

"மாது உளம் கனிந்து கொடுத்த கனி என்று சொன்னேன்" என்றார் கி.வா.ஜ.

✪✪✪

கி.வா.ஜ.வை அவருடைய பாணியிலேயே சிலேடையில் மடக்கும் ஒரு பெண் உண்டாம்.

கி.வா.ஜ.வை ஒரு நாள் கூட்டத்துக்குப் பேச அழைத்தார்.

"இன்னிக்கு வேண்டாமே! தொண்டை கம்மியிருக்கு" என்றார்.

அந்தப் பெண்ணோ, "பரவாயில்லை கம்மல் பிரகாசிக்கவே செய்யும்" என்று பதிலுரைத்தார்.

ஒருமுறை அவருக்குப் போர்த்திய பொன்னாடை கிழிந்து இருந்தது. அதற்கு அவர் கொடுத்த கமெண்ட்

"இந்தப் பொன்னாடையில் பூ இருக்கிறது, பழம் இருக்கிறது, பிஞ்சும் இருக்கிறது" என்றாராம்.

●●●

24. திருமுருக கிருபானந்த வாரியார்

ஆன்மீகச் சொற்பொழிவுக்காகவே தன் வாழ்நாளை அர்ப்பணித்த திருமுருக கிருபானந்த வாரியார் சுவாமிகள் நகைச்சுவை ததும்பப் பேசுவதில் வல்லவர். துணுக்குகள், கதைகள், நடைமுறை நிகழ்வுகள் என்ற நிலைகளில் நகைச்சுவையை உருவாக்குவார்.

பெரும்பாலும் வாரியார் பொழிவின்போது சிறுவர்கள் முன்வரிசையில் அமர்ந்து இருப்பார்கள். சிறுவர்களைப் பார்த்துக் கேள்வி கேட்பார். சரியான பதில் கூறுபவர்களுக்கு புத்தகங்களைப் பரிசாகக் கொடுப்பது வழக்கம்.

ஒருமுறை நாகமலை புதுக்கோட்டைக்கு அவர் வந்திருந்தபோது, குழந்தைகளை நோக்கி ''இந்தக் கூட்டத்திலேயே அவரவர் வீட்டில் கடைசிக் குழந்தை யார்? கையைத் தூக்குங்கள்" என்று கேட்டார். ஒரு பையன் எழுந்து நின்று,

"நான்தான் எங்கள் வீட்டில் கடைசிக் குழந்தை" என்றான். மகிழ்ச்சி... மகிழ்ச்சி என்றபடி உங்களைப் பார்த்து இவன் தான் கடைசிக் குழந்தை என்று அப்பா அம்மா அல்லவா சொல்ல வேண்டும்'' என்றார். கூட்டத்தினர் ரசித்துச்

சிரித்தனர். அந்தக் குழந்தைக்கு ஒரு சிறு புத்தகம் பரிசாகக் கொடுத்து உட்கார வைத்தார்.

✪✪✪

மற்றொரு நிகழ்வைச் சொல்வார்கள். ஒரு சமயம் சிறுவர்கள் அமர்ந்திருந்த திசையை நோக்கியவர் "முருகப் பெருமானின் தந்தை பெயர் என்ன?" என்று குழந்தைகளிடம் வாரியார் கேட்டார்.

''சிவாஜி'' என்று கூறிவிட்டான் ஒரு சிறுவன். திருவிளையாடல் திரைப்படம் வந்த புதிது என்பதால் அச்சிறுவனின் மனதில் சிவபெருமான் வேடமேற்று நடித்த சிவாஜிகணேசன் ஆழப் பதிந்திருந்தார். சிறுவனின் பதிலைக் கேட்டு மக்கள் சிரித்தனர். உடனே மக்களைப் பார்த்து ஏன் சிரிக்கிறீர்கள்?

"அவன் சொன்னதில் தவறில்லை. முருகனின் அப்பா பெயர் சிவன். சிவா என்றும் கூறலாம்.

பெரியவர்களான காந்தி, நேரு, மாதா, பிதா போன்றவர்களை காந்திஜி, நேருஜி, மாதாஜி, பிதாஜி என்று சொல்வது போல, சிவனையும் இந்தச் சிறுவன் மரியாதையுடன் சிவாஜி என்று கூறிவிட்டான்'' என்று சிலேடையாகப் பதிலளித்தார். குழந்தையை தன் அருகே அழைத்துப் பரிசைக் கொடுத்து தட்டிக் கொடுத்தார். அப்போது எழுந்த கைதட்டலில் அரங்கமே அதிர்ந்தது.

வாரியார் தம் 15 ஆம் வயதிலிருந்தே சொற்பொழிவு செய்யும் திறன் உடையவர்.

19ஆம் வயதிலிருந்தே தனியாகப் புராணப் பிரசங்கங்கள் செய்யத் தொடங்கினார்.

இவருடைய பிரசங்கங்கள் பெரும்பாலும் பேச்சு வழக்கை ஒட்டியே அமைந்ததால் பாமரமக்களின் உள்ளங்களைக் கவர்ந்தார்.

இவரது பிரசங்கத்தின் இடையே நகைச்சுவை, குட்டிக்கதைகள் இருக்கும்.

●●●

25. கவிப்பேரரசு வைரமுத்து

பேச்சுத் திறமை உள்ளவர்களுக்கு எழுத்துத் திறமை இருக்காது. எழுதும் திறமை உள்ள எழுத்தாளர் பலருக்குப் பேசும் திறமை இருக்காது.

எழுத்துத் திறனும் பேசுந்திறனும் வாய்ந்தவர்களை விரல்விட்டு எண்ணி விடலாம். அறிஞர் அண்ணா, வலம்புரிஜான், நெடுஞ்செழியன், கவிப்பேரரசு வைரமுத்து.

*28.12.2013*இல் கவிஞர் வைரமுத்து ஒரு பேச்சாளர் எப்போது பேசலாம்? என்பது குறித்து மேடையில் பேசியதாவது.

''எத்தனை மணித்துளிகள் பேசலாம் என்பதைத் தீர்மானிப்பவன் நானல்ல; வடிவமைக்கிற ஒரு விழாதான்; அரங்கத்தில் நிகழும் எதிர்பார்ப்புதான்; எனக்கு முன்னால் பேசியவர்களின் பேச்சின் அதிர்வலைதான்; ஒரு பேச்சாளன் பேசும் நேரத்தைத் தீர்மானிக்கும் என்று நம்புகிறவன் நான்'' என்று பேசத் தொடங்குகிறார்.

மேலும் அவர் பேசும்போது, "ஒரு மேடை எதன்பால் வடிவமைக்கப்படுகிறது என்பதைப் புரிந்து கொள்பவனல்ல பேச்சாளன், பேசும்போது ஒரு மனிதனின் தொனியில் தெரியும். தொண்டையிலிருந்து பேசுகிறானா? நாவிலிருந்து

பேசுகிறானா? என்று அவர் பேசுவதிலிருந்து எனக்குத் தொனிக்கிறது. இந்த மனிதன் இதயத்திலிருந்து பேசுகிறான் என்பது. அந்த அன்பு நெகிழ வைக்கிறது'' என்று பேசினார்.

ஆறுமுறை தேசிய விருதும், கலைமாமணி, பத்மபூசன், கவிப்பேரரசு, காப்பியப் பேரறிஞர், காப்பிய சாம்ராட் எனப் பல்வேறு பட்டங்கள் பெற்றவர்.

தன் இளமைப் பருவத்தில் அண்ணாவின் இனிமையான தமிழ் நடையாலும், பெரியாரின் சிந்தனையாலும், கலைஞரின் இலக்கியத் தமிழாலும், பாரதி, பாரதிதாசன், கண்ணதாசன் ஆகியோரின் கவிதை நடையாலும் பெரிதும் ஈர்க்கப்பட்டு 12 ஆவது வயதிலேயே கவிதை எழுதத் தொடங்கியதாகக் கூறுகிறார்.

எம்.ஏ. 2ஆம் ஆண்டு படிக்கும் போது அவர் எழுதிய 'வைகறை மேகங்கள்' என்ற நூல் சென்னை பெண்கள் கிறித்தவக் கல்லூரியில் பாடமாக வைக்கப்பட்டது.

இவர் கவிஞர் மட்டுமல்ல. சிறந்த எழுத்தாளரும், நூலாசிரியரும், பேச்சாளருமாவார்.

1978ஆம் ஆண்டு முதல் இன்று வரை திரைப்படப் பாடல்களும், நூல்களும் எழுதி வருபவர்.

●●●

26. பேராசிரியர் கு. ஞானசம்பந்தன்

மதுரையைச் சேர்ந்த பேராசிரியர் கு. ஞானசம்பந்தன் தியாகராஜர் கல்லூரியில் தமிழ்ப் பேராசிரியராக இருந்தார். அவருக்கு இயல்பிலேயே நகைச்சுவை உணர்வு அதிகம் உண்டு. பணிபுரியும் காலத்திலேயே பட்டிமன்றங்கள், வழக்காடு மன்றங்களில் பேசுபவர். மதுரை நகைச்சுவை மன்றத்தில் இவருடைய பேச்சு அடிக்கடி இடம் பெறும். நடிகர் கமலஹாசன், கவிஞர் வைரமுத்து மற்றும் பல வி.ஐ.பி.களுடன் நெருக்கமானவர். சினிமாவில் நடிக்கும் அளவுக்கு இவருக்கு இவருடைய நகைச்சுவைப் பேச்சு கை கொடுத்தது என்றால் மிகையாகாது.

தொடர்ந்து எளிய உதாரணங்களாக வாழ்வில் அன்றாடம் நடைபெறும் நிகழ்ச்சிகளை எடுத்துச் சொல்லிச் சிரிக்க வைப்பார். அடுக்கடுக்கான நிகழ்ச்சிகளைக் கூறி தொடர்ந்து சிரிக்க வைக்கவும் செய்வார். சிலவற்றை அவர் கூறக் கேட்டால்தான் புரியும். சிலவற்றை எழுதலாம். உதாரணமாக,

"ஒரு கோடீசுவரர் தன் கணக்குகளை எழுத ஆடிட்டர் தேவை என்று பேப்பரில் விளம்பரம் செய்கிறார். ஐம்பது பேர் வந்து விட்டார்கள். இண்டர்வியூ வைக்கப்படுகிறது.

"54 இலட்சத்தையும் 84 இலட்சத்தையும், பெருக்கினால் எவ்வளவு வரும்?" என்று கேள்வி கேட்கறாங்க. உடனே ஆளாளுக்கு கால்குலேட்டர் எடுத்து கணக்கு போடத் துவங்கி விட்டார்கள். ஒருவர் மட்டும் "உங்களுக்கு எவ்வளவு வர வேண்டும்?" என்று கேட்கிறார். அவரைப் பார்த்து You are அப்பாயிண்டடு" என்று தேர்வு செய்து விடுகிறார்கள். இதுமாதிரி புத்திசாலித்தனமாகக் கணக்கு எழுதத் தெரிந்தவர்கள்தான் அந்தக் கோடீசுவரருக்குத் தேவை.

கல்லூரியில் வகுப்பு எடுக்கும் போது மாணவர்கள் கேள்வி கேட்பார்கள். சில நேரங்களில் எசகுபிசகான கேள்விகளும் வரும். சாமர்த்தியமாகப் பதில் சொல்ல வேண்டும். என் நண்பர் ஒருவர் அழகாகச் சமாளிப்பார். சில வாத்தியாருக்குக் கோபம் வரும். ஆனால் இவர் கோபப்பட மாட்டார். கேள்வி கேட்பவனைப் புகழ்ந்து பாராட்டத் தொடங்கி விடுவார்.

"நான் நெனைச்சேன்பா.... இப்படி புத்திசாலித்தனமாகக் கேள்வி கேட்க உனக்குத்தானப்பா தெரியும்?! "You ask good question! sitdown" என்று பேசி அவனை உட்கார வைத்து விடுவார்.

10/15 வரிகளில் சிறப்பாக ஒரு தாளில் எழுதி வைத்துக் கொள்.

முதலில் வீட்டில் உள்ள பெரிய நிலைக் கண்ணாடி முன் நின்று வாசி. பின் மனப்பாடம் செய்.

கண்ணாடி முன் நின்றபடி ஏற்ற இறக்கத்துடன் பேசிப்பழகு.

இதில் நீ தான் பேச்சாளர் நீ தான் பார்வையாளர்.

●●●

27. விடுதலை வேள்வியில் கவிக்குயில் சரோஜினி தேவி வீரப்பிரசங்கம்

காந்தியடிகளின் அறப்போராட்ட நெறிகள் சரோஜினி தேவிக்கு மிகவும் பிடித்திருந்தன. 1916–ஆம் ஆண்டு லக்னோவில் காங்கிரஸ் கூட்டம் நடந்தது. அக்கூட்டத்தில் சரோஜினிதேவி ஆற்றிய உரையைக் கேட்டு, காந்தியடிகளே வியந்து போனாராம். கவிக்குயிலும் நேருவும் அங்குதான் அறிமுகமானார்களாம்.

''இந்தியர்களின் கைகளில் ஆயுதம் இருக்கக்கூடாது என்ற அரசின் சட்டத்தைக் கடுமையாக எதிர்த்துப் பேசினார் சரோஜினிதேவி. அரைமணி நேரம் உணர்ச்சி கொந்தளிக்க ஆங்கிலத்தில் அவருடைய உரை இருந்தது. அந்தக் கூட்டத்தற்கு ஆளுநர் சர்.ஜேம்ஸ் மெஸ்டன் தன் மனைவியுடன் வந்திருந்தார். தேவியின் பேச்சைக் கேட்டு வியந்து ஆளுநர் தம்பதி தம் விருந்தினர் மாளிக்கைக்கு அழைத்துச் சென்று விருந்து உபசரித்துப் பாராட்டி மகிழ்ந்தார். இவருடைய உரை இளைஞர்கள் உள்ளங்களில் நாட்டுப் பற்றைத் தூண்டிவிட்டது.

●●●

28. ஜவஹர்லால் நேரு உரை

அகில இந்திய காங்கிரஸ் கட்சியின் பொதுச் செயலாளராக நேருவை மகாத்மா காந்தியே ஒரு மாநாட்டில் முன்மொழிந்தார். பெரும்பாலும் உணர்ச்சிவசப்படாமலும் கட்சிக்குள் இருந்த மனக்கசப்புகளைக் களைந்தும் ஒற்றுமை ஓங்கிட ஓயாது உழைத்தார்.

சுதந்திரப் போராட்டக் காலத்தில் மன உறுதி, சமாதான முறையில் சமரச அடிப்படையில் எதிராளிகளையும் தன்வசம் ஈர்த்து இழுக்கும் வன்மையும் எளிமையான போக்கும் நேருவிடம் அமைந்திருந்தது.

1927ஆம் ஆண்டு டிசம்பர் மாதம் நடந்த காங்கிரஸ் மாநாட்டில் தலைவர் நேருவின் பேச்சு அனைவருடைய கவனத்தையும் ஈர்த்தது.

''இந்தியாவும் அதன் நட்பு நாடுகளும் சேர்ந்து ஐரோப்பாவின் காலனி ஆதிக்கத்துக்கு முடிவு கட்டும் நாள் நெருங்கிவிட்டது. சுதந்திரத்தைப் பெற்ற பின் இந்திய மக்கள் நாட்டில் நல்ல ஜனநாயக நெறிமுறைகளை அமுல்படுத்தி தேசியப் பாதையை வகுத்துக் கொள்ள வேண்டும். ஏழ்மை, வறுமை, ஏற்றத்தாழ்வு, சாதிபேதங்கள் மக்களிடமிருந்து அகற்றப்பட வேண்டும். அடிமைகளாகவும் கோழைகளாகவும்

வாழ்வதைக் காட்டிலும் வன்முறை வரவேற்கத்தக்கதே'' என்று நேரு உரையாற்றினார்.

காந்தி உப்புச் சத்தியாக்கிரகத்துக்கு தண்டி யாத்திரை போன போது ''உப்பு சத்தியாக்கிரகம் மட்டுமல்ல; ஆங்கிலேயர் பிறப்பிக்கும் எல்லா உத்தரவுகளையும் பகிஷ்கரிக்க வேண்டும்'' என்று பிரச்சாரம் செய்தார் நேரு.

சுதந்திரப் போராட்டத்தில் நாடு முழுவதும் சுற்றுப் பயணம் செய்து நேரு உரையாற்றிய காரணத்திற்காக மீண்டும் மீண்டும் சிறைத் தண்டனைகள் பெற்றவர். இவருடைய உரை மக்களைச் சுதந்திரப் போராட்டத்துக்குத் தூண்டியதாக ஆங்கிலேய அரசு நேருவைத் தண்டித்தது.

1947ம் ஆண்டு சுதந்திர தினத்தின் தொடக்க உரையாக 'விதியுடன் ஒரு போராட்டம்' என்ற பெயரில் நேரு நிகழ்த்திய வரலாற்றுச் சிறப்பு மிக்க பேச்சு என்றும் நினைவில் நிற்பதாகும்.

பல வருடங்களுக்கு முன்னர் நாம் விதியுடன் போராடினோம். இப்போது நாம் செய்த சத்தியத்தைச் செயலாக்கும் நேரம். முழு அளவில் இல்லாவிட்டாலும் மிக அவசியமாக வந்துவிட்டது.

நடுநிசி நேரத்தில், உலகம் உறங்கும் போது இந்தியா சுதந்திரத்துடன் உயிர்ப்புடன் விழிக்கும். சரித்திரத்தில் மிக அரிதான சமயம் வரும். அப்போது ஒரு சகாப்தம் முடியும் போது மற்றும் தேசத்தின் ஆத்மா கொடுமைப்பட்டது முடிவதைத் தேடும் போது பழையனவற்றிலிருந்து நாம் புதியவற்றிற்காக வரவேண்டும். இந்தப் புனிதமான நேரத்தில் இந்தியாவின் சிறந்த மனித நேயத்திற்காகவும் இந்தியாவுக்கும் அதன் மக்களுக்கும் சேவை செய்வதற்கு நம்மை அர்ப்பணிக்க வேண்டும் என்று நாம் பிரமாணம் செய்வோம் என உணர்ச்சி மிக உரையாற்றினார்.

●●●

29. ஆன்மீகப் பேச்சாளர் சுகி சிவம்

இரண்டாயிரத்துக்குப் பிறகு சுகி சிவம் பெயர் அதிக அளவில் பிரபலம் ஆனது. ஆன்மீகச் சொற்பொழிவு மட்டும் அல்லாமல் ஜனரஞ்சகமான பேச்சிலும் அவர் வல்லவர். 'சொல்வேந்தர்' என அழைக்கப்படுபவர்,.

ஒருமுறை கால்நடை மருத்துவர்கள் கல்லூரி விடுதி விழாவுக்கு எம்.ஆர். ராதாவை சிறப்பு விருந்தினராகப் பேச அழைத்து இருந்தார்கள். இரண்டு மாடி ஏறி வந்த களைப்பில் மூச்சு வாங்கியபடி சீட்டில் உட்கார்ந்தார். மாணவர்கள் சப்தமிட்டபடி 'நடிகவேள் பேசு! நடிகவேள் பேசு! என்று முழக்கமிட்டனர். அப்போது அவர் எழுந்து மைக்கில்,

“டேய் நீங்கள்லாம் மாடுகளுக்கு வைத்தியம் படிக்கற பசங்கதானடா?!”

“ஆமாம் ஆமாம்.”

“அப்படினா கொஞ்சம் நாஞ்சொல்றத கேளுங்க. வயதான காலத்துல இரண்டு மாடி ஏறி வந்து உட்கார்ந்து இருக்கேன்.

எப்படிடா உடனே பேச முடியும்?!”

நான் மனுசன் சொல்றேன் கேக்க மாட்டேங்கறீங்களே!?. ஆனால் பாவம் வாயில்லா ஜீவன். அதுகளுக்கு எதுவும் சொல்லத் தெரியாது. நீங்க எப்படி புரிஞ்சுக்கிட்டு வைத்தியம் பார்க்கப் போறீங்களோ?!" என்று சமயோசிதமாக பேசி மாணவர்களை அமைதிப்படுத்தினாராம்.

மற்றொரு முறை நடிகவேள் எம்.ஆர். இராதா நாடகம் போட சபாவுக்கு வருகிறார். இவருடைய ஒரே நாடகம் தினமும் மீண்டும் மீண்டும் போடுவார்களாம். தினம் நடந்தாலும் வசனங்களை மாற்றி மாற்றிப் பேசுவாராம். மக்கள் ஆர்வமுடன் கேட்க வருவார்கள் – கூட்டம் அலைமோதியது.

ஆறு மணிக்கு காரில் வந்து இறங்குகிறார். "நாடகத்தைப் போடு! நாடகத்தைப் போடு" என்று கூட்டம் கூக்குரலிடுகிறது. காரிலிருந்து இறங்கிய ராதா தன் கையில் அவருடைய நாயை அழைத்துப் போவது வழக்கம். நேராக மேடையில் ஏறி மைக் அருகில் செல்கிறார். கையில் இரண்டு பிஸ்கெட் எடுத்துக் கொண்டு தன் நாயைப் பார்த்துப் பேசுவது போல ஜாடையாக கூட்டத்தைப் பார்த்துப் பேசுகிறார்.

"இதோ பாரு குலைக்காதே. நான் போடுவேன்னு நினைத்தாயோ. போட மாட்டேன். ஆறரைக்குதான் போடுவேன்" என்று சாடை பேசினாராம்.

இதுபோல நாட்டு நடப்பு செய்திகளைத் தன் சுவையான சொற்பொழிவுகளில் கலந்து பேசுவார் சுகிசிவம்.

சன் தொலைக்காட்சியில் இவர் தினமும் நிகழ்த்திய 'இந்த நாள் இனிய நாள்' சொற்பொழிவு அனைவர் மனதிலும் நிலைத்து நிற்கிறது.

''மோனமாகிற போது ரமணராகவும், கர்ஜிக்கிறபோது விவேகானந்தராகவும் இருப்பது என் இயல்பு என தன்னைப் பற்றி பிரகடனம் செய்தவர்.

●●●

30. வார்த்தைச் சித்தர் வலம்புரிஜான்

1946 இல் நெல்லை மாவட்டம் உவரி என்ற ஊரில் பிறந்தவர். 12 ஆண்டுகளாகத் தாய் பத்திரிகை நடத்தி வந்தவர். எதுகை மோனையுடன் வார்த்தைகளை அடுக்கிப் பேசுவதில் இவர் தனி ரகம். 2001இல் இவர் பேசிய பேச்சு வலைத்தளக் காணொளியில் உள்ளது.

இவருடைய ஆங்கில மொழிப்புலமை அளப்பரியது. போப் இரண்டாம் ஜான்பால், ஜெகசீவன்ராம், அன்னை தெரசா, செயப்பிரகாசம் ஆகியோருக்கு மேடைப் பேச்சின் போது மொழி பெயர்ப்பாளராக இருந்துள்ளார் என்பதிலிருந்து இவருடைய மொழி வல்லமை புலப்படும்.

உதாரணத்திற்கு ஒரு சில கூறலாம். ஒருமுறை இவர் பேசும்போது இவருடைய தொண்டை சரியில்லை. ஏற்கெனவே 64 கூட்டங்களில் பேசி வந்து விட்டார். மைக்கைப் பிடித்ததும்... "அனைவருக்கும் வணக்கம். என்னுடைய தொண்டை ஒத்துழையாமை இயக்கம் நடத்தினால் கூட தமிழுக்கு ஆற்றும் தொண்டை நிறுத்தக் கூடாது என்று 65வது கூட்டத்தில் பேச வந்திருக்கிறேன்" என்று 'தொண்டை' என்ற வார்த்தையை வைத்து இரு பொருள்படப் பேசி வார்த்தை விளையாட்டு விளையாடினார் இவர்.

இவர் எல்லோரையும் மனம் திறந்து பாராட்டும் குணமுடையவர். ஏனென்றால், இவருடைய சின்ன வயதில் தன்னைப் பாராட்ட ஆளில்லையே என்ற மனக்குறை உந்தவே தன் மொழிப்புலமையையும் பேச்சாற்றலையும் தானாகவே வளர்த்துக் கொண்டவர்.

1985இல் தூய சவேரியர் கல்லூரி ஆண்டு விழாவுக்கு சிறப்பு விருந்தினராக அழைக்கப்பட்டிருந்தார். வந்து கலந்து கொண்டு கல்லூரி ஆண்டு மலரை வெளியிட்டுச் சிறப்புரை ஆற்றினார். இவர் இக் கல்லூரியின் பழைய மாணவர். ஆண்டு மலரில் வெளிவந்த "கவிஞர் பார்வையில் அன்றும் இன்றும்" என்ற எனது கட்டுரையைப் பாராட்டி அடுத்த வாரம் இவர் நடத்தும் 'தாய்' வார இதழில் இரண்டு வரிகள் எழுதியிருந்தார். இவருடைய அணிந்துரை இருந்தால் நூல்கள் அதிகம் விற்பனை ஆகும்.

"எப்போதும் வருவதில்லை கவிதை. எப்போதோ வருவதே கவிதை. நினைத்தால் வருவதல்ல கவிதை. இதயம் கனத்தால் வருவது கவிதை" என்று இவர் கவிதை உருவாவது குறித்து விளக்குவார்.

புத்தகங்களை உரக்க வாசிப்பது நல்லது. கண், வாய், காது என அநேகப் பொறிகள் ஒரே காரியத்தில் ஈடுபடுகிற போது கவனம் அபாரமாகக் குவிகிறது. உரக்க வாசிக்கும் வழக்கம்தான் என்னை ஒரு பேச்சாளனாகவும் ஆக்கியது.

அண்ணா, கலைஞர் ஆகியோரின் பேச்சுக்கள் எனக்குப் பிடிக்கும். ஒவ்வொவரும் ஒவ்வொரு விதமாகப் பேசுவார்கள். ஆனாலும் நான் அவர்களைப் பின்பற்றிப் பேசமாட்டேன். பல நல்ல பேச்சாளர்களின் சிறப்பான அம்சங்களை எல்லாம் சேர்த்துக் கொண்டு என்னுடைய பேச்சுப் பாணியை அமைத்துக் கொள்வேன் என்கிறார் வலம்புரியார்.

●●●

31. வீரத்துறவி விவேகானந்தர்

வீரத்துறவி விவேகனாந்தர் பெயரைக் கேட்டதும் "சகோதர சகோதரிகளே!" என்று அமெரிக்காவில் பேசினார் என்பதுதான் எல்லோருக்கும் நினைவு வரும்.

உலகப் புகழ்பெற்ற சிகாகோ மாநாடு. சிகாகோ நகரில் நடக்க உள்ளது. சிகாகோ செல்வதற்கு முன் விவேகனாந்தர் ஆற்றிய சொற்பொழிவுகள் 11, செப்டம்பர் 11 ஆம் நாள் 1893இல் விவேகானந்தர் சிகாகோ மகாசபைக் கூட்டத்தில் பேசுகிறார்.

''அமெரிக்க சகோதர சகோதரிகளே என்று அழைத்தேன்; அவ்வளவுதான் இரண்டு நிமிட நேரம் காது செவியாகும்படியான கரகோஷம். அதன் பிறகுதான் உரையைத் தொடர முடிந்தது'' என்கிறார் வீரத்துறவி.

கேட்பவர் உள்ளத்தைக் கவரும் தன்மை கொண்டதாகவும், கேளாதவரும் கேட்பதற்கு விருப்பப்படும் வகையிலும் சொல்லப்படுவதே சிறந்த சொல்வன்மையாகும்.

– திருவள்ளுவர்

●●●

32. காங்கிரசின் முதல் பெண் பேச்சாளர்

பிற்காலத்தில் சமூகச் சீர்திருத்தவாதியாகவும் எழுத்தாளராகவும் தேவதாசிமுறை ஒழிப்புப் போராளியாகவும் திராவிட இயக்க அரசியல்வாதியாகவும் திகழ்ந்தார். அது மட்டுமல்ல ஆரம்ப காலத்தில் பெரியாருடன் இணைந்து காங்கிரஸ் கட்சியில் அண்ணல் காந்தியடிகளின் கொள்கைகளை மேடைப் பேச்சு மூலம் பிரச்சாரம் செய்தார். காங்கிரஸ் கட்சியின் முதல் பெண் பேச்சாளர்.

அண்ணல் காந்தியடிகள் மீதான கொள்கைப் பிடிப்பு காரணமாக இராமாமிர்தம் அம்மையார் வெள்ளையருக்கு எதிரான பிரச்சாரத்தில் ஈடுபட்டார். ஒத்துழையாமை இயக்கத்திற்காகக் கதர் துணி அணியும் போராட்டம் நடத்தினார்கள்.

காங்கிரஸ் கட்சியின் முதல் பெண் பேச்சாளராகத் திகழ்ந்தார். காந்தியடிகள் என்ன கூறினாலும் அது மூவலூராருக்குக் கட்டளை ஆகும். தீண்டாமைக்கு எதிராக மேடைப் பிரச்சாரம் செய்துள்ளார். பல நூற்றாண்டுகளாக அடிமைப்பட்டுக் கிடந்த தலித்துகளுக்கு முதன் முதலாக மூவலூரார் வேட்டி அணிவித்தார்.

தேவதாசி முறை ஒழிப்பு கொண்டு வர சட்டம் இயற்றுமாறு டாக்டர் முத்துலட்சுமி ரெட்டி போராடினார்.

மூவலூரார் ஆதரவாக இருந்தார். இந்தி எதிர்ப்புப் போராட்டம் நடைபெற்றது. 1937–40 வரை நடந்த போராட்டத்தில் அம்மையாரும் கலந்து கொண்டார். இதனை வலியுறுத்தி பெண்கள் மாநாடு நடந்தது. 1938இல் நடந்த போராட்டம் வலிமையானதாகும்.

13 நவம்பர் 1938 அன்று சென்னையில் பெண்கள் மாநாடு கூடியது. மறைமலையடிகள், மகள் நீலாம்பிகை அம்மையார் தலைமையில் கூடிய அந்த மாநாட்டில் ஈ.வே.ரா. சிறப்புரை ஆற்றினார். திருச்சி உறையூர் முதல் சென்னை வரை 42 நாட்கள் இந்தி எதிர்ப்புப் பேரணி நடைபெற்றது. 577 மைல் தூரம் நடந்த இந்தப் பேரணியில் மூதாட்டியான இவர் மட்டுமே பெண்மணி. வரும் வழியில் 87 பொதுக்கூட்டங்களில் பேசியுள்ளார். இந்தப் போராட்டம் குறித்து திராவிட இயக்க வரலாறு பாகம் 1 என்ற நூலில் ஆர். முத்துகுமார் விளக்கமாக எழுதியுள்ளார்.

இந்தித் திணிப்புக்கு எதிரான போராட்டத்தில் அம்மையார் கலந்து கொண்டார். மறியலில் ஈடுபட்ட மூவலூரார், தருமாம்பாள், சண்முகத்தம்மையார், பட்டம்மாள், சாத்தம்மாள் ஆகிய 5 பெண்கள் கைது செய்யப்பட்டனர். மூவலூரார் ஆறு வாரங்கள் சிறைத்தண்டனை அனுபவித்தார்.

> ➢ சட்டம் ஒரு இருட்டறை; அதில் வக்கீலின் வாதம் ஒரு விளக்கு; அந்தப் பிரகாசமான விளக்கு ஏழைகளுக்குக் கிடைப்பதில்லை.
>
> ➢ அழகு ஒரு ஆபத்தான ஆயுதம்; அதனால் ஆளப்படுபவர்கள் ஆண்கள்; ஆள்பவர்கள் பெண்கள்.
>
> ➢ புகழை நாம் தேடிச் செல்லக்கூடாது; அதுதான் நம்மைத் தேடி வர வேண்டும்.
>
> – அறிஞர் அண்ணா

●●●

33. இணைய வழிக் கருத்தரங்கம்

நாள் *20.6.2020*

கல்லூரி : தூய சவேரியார் கல்வியியல் கல்லூரி, பாளையங்கோட்டை, திருநெல்வேலி.

பொருள் : பேச்சுக்கலை

பேராளர் : திருமதி இந்திராமேரி ராஜாமணி.

"…. சொல்லின் செல்வர் என்று அனுமனைச் சொல்வர் இலக்கியவாதிகள். சீதையைத் தேடிச் சென்று திரும்பி அனுமன் இராமனைச் சந்தித்து சுருங்கச் சொல்லி புலப்படுத்திய வார்த்தைகள் 'கண்டேன் கற்பினுக்கணியை" என்பதே. பழம்பெரும் பேச்சாளர் வின்ஸ்டன் சர்ச்சிலிடம் தங்கள் பேச்சு வெற்றி பெறுவதன் இரகசியம் என்ன? என்று கேட்டபோது, "எனக்கு முப்பது நிமிட உரை பேச வேண்டுமென்றால் தயாரிப்பதற்கு 5 நிமிட நேரம் போதும். ஆனால் 5 நிமிட நேரம் உரை பேசுவதற்குத் தயாரிக்க வேண்டுமென்றால் அதைத் தயாரிக்க எனக்கு 30 நிமிடங்கள் தேவை" என்று கூறினாராம். இது மாபெரும் உண்மை.

மேடைப் பேச்சாளர்கள் தாம் பேச வேண்டிய வார்த்தைகளைக் கவனமாகத் தெரிவு செய்ய வேண்டும். கையில் வைத்திருக்கும் குறிப்பை அவ்வப்போது பார்த்து

தமக்கு ஏற்படும் ஐயங்களைத் தீர்த்துக் கொள்ளலாம். தற்காலத்தில் உரையாளர்கள் Power Point பயன்படுத்துகிறார். அதையே பார்த்து வாசிக்கக் கூடாது. குறிப்புகள் மட்டுமே பயன்படுத்த வேண்டும்.

பேசும் இடம், காலம், சூழலுக்கேற்ப பேச்சுகள் பொருள் கொள்ளப்படுகின்றன. 'உடம்புக்கு என்னமா வருகிறது?" என்ற வாக்கியத்தை எடுத்துக் கொள்ளலாம்.

சுகமில்லாதவரிடம் கேட்கும் போது நலம் விசாரிக்கும் சாயலில் எடுத்துக் கொள்ளப்படும். அருகில் நிற்கும் நபரோடு சண்டை வரும் போது இப்படிக் கேட்டால் "சண்டைக்கு" அழைக்கும் நோக்கில் எடுக்கப்படும் இவ்வாறு இடம் பொருள் பார்த்து வார்த்தைகள் பொருள் கொள்ளப்படும். உச்சரிக்கும் ஏற்ற இறக்கத்திலேயே பொருள் வேறுபடுவதைக் காணலாம். பேச்சுகளை இவர் நான்கு வகையாகப் பிரித்துக் கூறுகிறார். அவையாவன:

1. நேர்மறைப் பேச்சு
2. எதிர்மறைப் பேச்சு
3. அலுவலகப் பேச்சு
4. தனக்குத்தானே பேச்சு.

பேச்சாளர் பேசுவது எதற்கு? என்பதைக் கவனிக்க வேண்டும். பணத்துக்காக, புகழுக்காக, கைத்தட்டலுக்காக, மற்றவர்களைத் திருப்திப்படுத்துவதற்காக, போலித்தனமாகப் பேசுபவர்கள் இனம் கண்டறியப்பட வேண்டும். இவர்களுடைய பிடியிலிருந்து பேச்சைக் காப்பாற்ற வேண்டும்.

வெறும் மேற்கோள்களை மட்டுமே தன் பேச்சில் அடுக்கிச் செல்லக்கூடாது. அது கேட்போருக்கு ஒருவித சலிப்பை ஏற்படுத்தும். ஒரு வீடு கட்டும்போது சாரம் போடுவது மாதிரி மேற்கோள்கள் பயன்பட வேண்டும். கட்டுமானம் நம்முடையது; பணி நம்முடையது என்பதை ஒவ்வொரு பேச்சாளரும் கவனத்தில் கொண்டு தன் சொந்தக் கருத்துகளைத் தம் பேச்சில் இடம்பெறச் செய்ய வேண்டும்.

அறிஞர் அண்ணாவிடம் அவருடைய பேச்சின் வெற்றி குறித்து கேட்டபோது, "நான் அழிந்தாலும் என் பேச்சுகள் கொண்டாடப்படும் என்ற நம்பிக்கை எனக்கு உண்டு. தலைசிறந்த அறிவாளிகள் முன்பு பேசப் போகிறேன் என்று எண்ணி, பேச்சைத் தயாரித்து வருவேன். ஆனால், மேடையில் பேசும்போது எனக்கு முன்பு இருப்பவர்கள் முட்டாள்கள் என்று நினைத்துக் கொண்டு பேசுவேன்" என்றாராம் அறிஞர் அண்ணா.

ஆகவே, பேச வேண்டுமே என்பதற்காகப் பேசாதீர்கள். பேச வேண்டும். கேட்டவர்களுக்குப் பயனுடையதாக இருக்கும் என்ற நம்பிக்கையுடன் பேசுங்கள். உங்கள் பேச்சு நிச்சயம் வெற்றி பெறும்.

என் தந்தை பொ.மா. இராசாமணி பேசும்போது சொல்வார்கள்; வாயிலிருந்து பேசுவதாகக் கடமைக்குப் பேசினால் கேட்பவர்கள் காதோடு நின்று போகும். மனதிலிருந்து பேசும்போது நம் பேச்சு கேட்பவர்களுடைய மனதைச் சென்று அடையும்.

– என்று பேச்சுக்கலை பற்றிய தனது கருத்துகளை எடுத்துக் கூறினார்.

மேடையில் பேசுவது ஒரு கலை. ஆய கலைகள் அறுபத்து நான்கில் இல்லாத கலை பேச்சுக்கலை. அன்றைய நாட்களில் அது ஒரு பொருட்டாகவே இல்லை. அதனால்தான் ஆயகலைகள் 64இல் பேச்சுக்கலை இல்லை போலும்.

பேசப் பழகுவோர் எதையும் சிந்தித்துப் பேச வேண்டும். கேட்பவரின் சிந்தனையைக் கிளரும் விதத்தில் பேச வேண்டும். தான் எடுத்துச் சொல்லும் கருத்துகள் அவர் மனதில் பதியும் விதத்தில் பேச வேண்டும். சிந்தனையற்ற பேச்சு, பிறர் சிந்தனையைத் தூண்டாத பேச்சு எவ்வளவு அழகாக அடுக்காக இருந்தாலும் ஒரு போதும் நல்ல பேச்சாகாது. அதனால் ஒரு பயனும் விளையாது.

– பெரியார்

●●●

34. பேச்சாற்றல் - நூல்கள்

தி.மு. தெய்வசிகாமணி ஆச்சாரியார். 1944இல் எழுதிய 'மேடைத்தமிழ்' என்ற நூல் முதல் நூல். 'பேச்சாளராக' – அ. கி. பரந்தாமனார், 'நீங்களும் பேச்சாளராகலாம்' 'குமரி அனந்தன், பேசும் கலை வளர்ப்போம் கலைஞர், 'நீங்களும் பேச்சாளராகலாம்' – பி.சி. கணேசன்

'நீங்களும் பேச்சாளர் ஆகலாம்'	-	பேரா. க. அன்பழகன்
'மேடையில் பேசலாம் வாங்க'	-	அறந்தை நாராயணன்
'சிறந்த பேச்சாளர்கள்'	-	மா.சு. சம்பந்தன்
'மேடைப் பேச்சு'	-	ஏ. ஹபீபுல்லா
மேடைத்தமிழ் வடிவமும் வரலாறும்	-	முனைவர்.கு. கோபாலகிருஷ்ணன்
தமிழ்த்தென்றல் அல்லது தலைமைப் பொழிவு	-	திரு.வி.க.
தமிழின்பம்	-	ரா.பி. சேதுப்பிள்ளை
பூம்புகார் பதிப்பகம்	-	பேரறிஞர் அண்ணாவின் சொற்பொழிவுகள்
அ.கி.மூர்த்தி	-	'அண்ணாவின் மேடைத் தமிழ்'

மு. கருணாநிதி - மேடையில் வீசிய மெல்லிய பூங்காற்றே

விஜயா பதிப்பகம் - அப்துல் கலாம் சொற்பொழிவுகள்

இரா. சண்முக வடிவேல் - தமிழ் வளர்த்த சான்றோர்கள்.

பேரா.கு. ஞானசம்பந்தம் - பேச்சுக்கலை

ப. பாலசுப்பிரமணியன் - வாங்க பேச்சாளர் ஆகலாம்

ஆய்வுகள்

முனைவர் பி. ஆறுமுகம் - 'அறிஞர் அண்ணாவின் மொழிநடை'

பி. ரெத்தின சபாபதி - அறிஞர் அண்ணாவின் சட்டமன்ற உரைகள்

முனைவர் க. கோபாலகிருஷ்ணன் - மேடைத் தமிழின் பல்வேறு நிலைகள்

ப. சத்திய மூர்த்தி - தெென்கச்சி கோ சுவாமிநாதனின் இன்று ஒரு தகவலில் அறிவியல் ஆய்வேடுகள்.

●●●

www.ingramcontent.com/pod-product-compliance
Lightning Source LLC
LaVergne TN
LVHW100345051026
849518LV00003B/902

* 9 7 8 8 1 9 4 8 6 2 0 0 0 *